అనంత ప్రయాణం

journey towards infinity

PART-2

సదృశ్య

Made with ♥ on the Notion Press Platform
www.notionpress.com

Journey Towards Infinity
Sadhrusya O'Connor

Dear Readers, I would love to hear from you, you can write to me at: sadhrusya@aol.com

మా గురువుగారు శ్రీ స్వామి జ్యోతిర్మయానంద సరస్వతి గారితో

ముందుమాట!

ఇక్కడి నుండీ నేను రాయబోయే దానిలో సృష్టి రహస్యాలు చాలా ఉండదంతో మీకు తెలిసినా పర్వాలేదు అనుకున్న విషయాలు మాత్రమే రాస్తున్నాను. ధ్యానం ద్వారా ఇంత దూరం ప్రయాణించిన వ్యక్తికి నా ద్వారా తెలుసుకోవలసిన విషయాలు ఏమీ ఉండవు. ఇంత దూరం ప్రయాణించని వ్యక్తికి నేను చెప్పినా అర్థం కాదు. అలాంటప్పుడు ఇంకా ఎందుకు రాస్తున్నాను అంటే, కేవలం process తెలియజేయడానికి మాత్రమే. ఈ పుస్తకంలో ఉన్న ప్రతీదీ కేవలం నా జీవితానికి సంబంధించినది, నా జీవితంలో జరిగినది మరియు ఇది నా దృష్టికోణం నుంచి చెబుతున్న నా జీవిత ప్రయాణం మాత్రమే. దీనిలో ఇతరుల ప్రస్తావన ఉన్నదీ అంటే నాకు వారితో జరిగిన సంభాషణ కావచ్చు or నాకు వారి వలన కలిగిన అనుభవం కావచ్చు. కానీ ఏ ఒక్కరినీ వేలుపెట్టి చూపించే ఉద్దేశం నాకు ఏ మాత్రం లేదు.

ఇది అంతా జరిగిపోయి ఇప్పటికి 11 సంవత్సరాలు పూర్తి అయిపోయింది. అన్నిచోట్లాను నన్ను, నేను అనే సంబోధిస్తాను. ఎందుకంటే అది అనుభవించింది నేనే కాబట్టి. కానీ ఏ రూపంలో దానిని పొందాను, అప్పటి నేను ఎలా ఉన్నాను, అసలు నేను ఎవరు? అన్నది ఎక్కడా clarity ఇవ్వను. నేను ఏ రూపంలో ఉన్నా శక్తి అమ్మను, అమ్మా అనో or అప్పటి నా రూపాన్ని బట్టి పేరుతోనో సంభోదిస్తా.

మోక్షం పొందే వారికి తప్ప నేను చెప్పబోయే ప్రయాణం సాధ్యపడదు. మరి మోక్షం పొందితే మరలా జన్మ ఎలా వస్తుంది అని మీకు అనుమానం రావొచ్చు. ఇంకా చాలా చాలా ప్రశ్నలు కూడా మీకు తలెత్తవచ్చు ఇది చదువుతుంటే. ఓపికగా ముందు చదివి, అర్థం చేసుకోవడానికి ప్రయత్నించండి. మీ ప్రశ్నలకు అన్నితికీ సమాధానాలు దొరుకుతాయి. ఈ book లోని సమాధానం లేని ప్రశ్నలకు answers next book లో explain చేస్తా.

ఒక ఆత్మగా గుర్తించబడిన నేను, శరీరాన్ని వదిలి పూర్తిగా బయటకు రాగలిగాను. ఆత్మకు ఒక పరిధి లేదు. కాలంతో సంబంధం లేదు. ఏ యుగానికయినా, లోకానికయినా, కాలాతీతంగా ప్రయాణం చేయగలదు. ఆత్మకు ఇంత శక్తి ఉన్నా, ఆదిని చేరుకోవడానికి సాధనం మాత్రం ఒక్క నా శరీరమే అని అర్థమయ్యింది.

కాలచక్రం దాటాక నా కథ ముగిసింది. నిజానికి నా కాలం తీరిపోయింది. కానీ కొన్ని ముఖ్య కారణాలవల్ల ఆగిపోయిన నేను, వచ్చిన పనిని సక్రమంగా పూర్తి చేసినా ఇప్పటి వరకు జరిగిన వన్నీ మీకు చెప్పాలని ఉన్నా చెప్పలేకపోవడానికి కారణం నాలో చాలా ప్రశాంతత అలుముకుంది. నా బాధ్యత నాకు గుర్తుకు ఉన్నా దేనిమీదా మనసు పోలేనంత ప్రశాంతంగా గడిపాను. నిజం చెప్పాలంటే మాట్లాడటం కూడా మర్చిపోయాను కొన్నాళ్ళు. ఎవరైనా ఏమయినా అడిగితే మాత్రం టక్కున సమాధానం వచ్చేది నా నుండి, ఏ ఆలోచనా లేకుండా. ఇది మాట్లాడేది నేనేనా అని నాకే ఆశ్చర్యం వేసేది అపుడపుడు.

ఒకవేళ నాకు నేను గా మాట్లాడాలంటే మాటల కోసం తడుముకోవలసివచ్చేది. చాలా మంది వ్యక్తులను వారి పరిచయాలను కూడా మర్చిపోయాను. అంతలా మతిమరుపు వచ్చింది నాకు. ధ్యాన ప్రయాణం ముగిశాక ఎలా ఆలోచించాలో కూడా పూర్తిగా మర్చిపోయాను కొన్నేళ్ళు. ఒక్క ఆలోచన కూడా లేని జీవితాన్ని ప్రశాంతంగా గడిపేశాను ఇన్ని సంవత్సరాలు. మరలా మామూలు స్థితికి రావడానికి ఇంతకాలం పట్టింది. ఇప్పుడు కూడా బలవంతంగానే రాస్తున్నాను త్వరగా నా పని ముగించుకొని వెళ్ళిపోవాలని. ఎంత త్వరపడ్డా ఏమి జరుగుతుందో, ఎప్పుడు వెళతానో పూర్తిగా తెలుసు నాకు.

రాత్రి (ఏప్రిల్ 5th 2013) నా అనుభవాలు అద్భుతం. ఇంకా నా మతిమరుపు వలన అన్ని విషయాలూ అప్పుడు రాయలేకపోయాను. అయినా చాలా వరకు రాశాను కాబట్టి ఇంక దాని గురించి రాయనులే. నిన్నటితో నా బాహ్య ప్రపంచ ప్రయాణం ముగిసింది. కాల చక్రాన్ని దాటిన నేను పూర్తిగా నా శరీరాన్ని వదిలి

బయటకు రాగలిగాను. నేను ఎవరు అన్నది నాకు పూర్తిగా తెలిసింది. నా అసలు రూపం నాకు వచ్చింది. ఏమి జరగబోతోందో, నేను ఏమి చేయాలో కూడా తెలిసిపోతుంది. కానీ ఏ feeling లేదు నాలో. నన్ను నేను పొందాలి అంటే ఇంకా నేను చేయవలసిన ప్రయాణం చాలా ఉంది. నా ఈ ప్రయాణం లోని కొన్ని కొన్ని సంఘటనలను మాత్రమే రాస్తాను. విషయాలు అన్నీ గుర్తుకు ఉన్నా బహుశా sequence అటూ ఇటుగా ఉండవచ్చు. ఎందుకంటే గుర్తుకు తెచ్చుకుని చెబుతున్న అనుభవాలు కదా!

నా చుట్టూ ఒక పెద్ద పుట్ట ఏర్పడింది. నేను ఆ పుట్ట మధ్యలో ఇరుక్కుపోయాను. ఇరుక్కుపోయిన నన్ను... బయట ఉన్న నేను save చేయడానికి ప్రయత్నిస్తున్నాను. ఆ పెద్ద పుట్టలో ఇరుక్కుపోయిన నేను నల్లగా ఉన్నాను. కళ్ళు మూసుకొని, చలనం లేనట్లు కూర్చొని ఉన్నాను.

ఎన్ని ప్రయత్నాలు చేస్తున్నా, నన్ను నేను save చేయలేకపోతున్నా. అమ్మ వచ్చి నా చెంప మీద గట్టిగా ఒక్కటిచ్చింది. ఒక్కసారిగా... పుట్ట, నలుపు అన్నీ మాయమయ్యాయి. బంధవిముక్తిరాలి నయ్యాను.

ఒక్కసారిగా మెలకువ వచ్చి time చూస్తే 11:11. 2nd Book రాసే time వచ్చింది అని అర్థం అయ్యింది.

సరే అసలు విషయానికి వద్దాం...

❖❖❖

పొద్దుటే లేచి ready అయ్యి తండ్రికి అభిషేకం చేస్తున్నాను నిల్చొని. నా కాళ్ళ మీద పాములు పాకినట్లు గా అనిపించి చూసుకొన్నా. అక్కడ ఏ పామూ లేదు. కానీ సమయం గడిచే కొద్దీ ఎలా ఉన్నదంటే మన పాదాలు నీటిలో మునిగితే ఎలా ఉంటుందో, అలానే నేను పాదాలు మునగా పాముల మధ్యలో నిల్చున్నట్లు, నా పాదాలను చుట్టుకొని పెనవేసుకుని తిరుగుతున్నాయి పాములు. అవి నెమ్మది నెమ్మదిగా పైకి పాకుతున్నాయి.

అభిషేకం ముగించుకొని నా పాదాల వైపు చూసుకున్నా. కుడి పాదంపై పాము కాటు వేసినట్లు 2 కోరలు దిగబడినట్లు రెండు గుర్తులు ఉన్నాయి. ఆశ్చర్యం అవి ఎలా వచ్చాయో నాకు తెలీదు.

Meditationలో కూర్చున్నా. చాలా మత్తు మత్తు గా ఉంది. శక్తి కూడా izzz.... అంటూ electric sparks తో కలిసి వస్తుంది.

ఇంకా కొత్త కొత్త లోకాల నుండి ఆహ్వానం వస్తూనే ఉంది. ఆ లోకంలో అన్నీ పచ్చని చెట్లే. ఆకాశానికి అంతెంత ఎత్తయిన పచ్చని చెట్లు. అవి చాలా అందంగా, అద్భుతంగా ఉన్నాయి. ఆ లోకమంతా ఎంతో మత్తైన ఆనందంతో, తృప్తితో నిండిపోయి ఉంది. ఒక కొమ్మ వచ్చి నన్ను చుట్టుకోవడానికి ప్రయత్నిస్తుంది. అది ఎంతో ఆనందాన్ని ఇస్తున్నా, మైమరచి పోతున్న అద్భుత అనుభవాన్ని ఇస్తున్నా, కనీ విసీ ఎరుగని శరీర సుఖానికి మించిన ఆత్మ సుఖాన్ని అందిస్తున్నా ... ఇలాంటి అవసరాలను త్యజించిన నాకు, అసలు శరీరమే లేని నాకు అది ఏ మాత్రం రుచించలేదు. ఆ కొమ్మను విదిల్చి కొట్టి అక్కడి నుండి తిరిగి వచ్చేశాను. తరువాత రోజు కూడా అక్కడికే వెళ్ళాను. Same అనుభవమే ఎదురయ్యి, ఇష్టపడక తిరిగి వచ్చేశాను.

చిన్నక్క కొడుకు పెళ్ళి కుదరడంతో త్వరలో ఇండియా వెళ్ళడానికి నిర్ణయించుకున్నా. ఈ లోపు కొత్త ఇంటికి సామాన్లు చేరవేసి, అన్నీ సర్దేసి వెళ్ళాలి అని, సమయం కుదిరినప్పుడల్లా కొన్ని కొన్ని వస్తువులు తీసుకుపోయి అక్కడ సర్ది వస్తున్నా. ఆ ప్రయత్నంగానే కొన్ని వస్తువులు తీసుకుని కొత్త ఇంటికి

సద్రూశ్య

వెళ్ళి ఎప్పుడూ garage door open చేసుకొని వెళ్ళే నేను kitchen కు సంబంధించిన వస్తువులు తేవడంతో, వంటగది front door కు దగ్గరగా ఉండటంతో ముందు main door తాళం తీసి వద్దాం అని car దిగి అటు తిరిగి వెళుతుంటే, garage door కు ఆనుకుని యుక్తవయసులో ఉన్న పాము పిల్ల కూర్చుని ఉంది.

దాన్ని చూస్తే ఎంతో బాధలో ఉన్నట్లు అనిపించింది. అది నాతో ఏదో చెప్పడానికి ప్రయత్నిస్తుంది. Garage door కి ఆనుకొని కూర్చొని, Garage లోపలికి దూరడానికి ప్రయత్నిస్తుంది. నన్ను చూసి కూడా, నేను దానికి 3 అడుగుల దూరంలో ఉన్నా కూడా అది భయపడి పారి పోవడం లేదు. పైగా నా వైపు చూసి garage door corner వైపు చూపిస్తుంది, ఇక్కడి నుండి నేను లోపలకు వెళ్ళాలి అన్నట్లుగా. దాన్ని చూస్తుంటే నాకు ఎందుకు జాలి వేస్తుందో తెలియడం లేదు. చిన్న పిల్ల, ఎంతో ముద్దుగా ఉంది. నా ఫోన్లో దాన్ని ఫోటో తీశాను. మిట్ట మధ్యాహ్నం కావడంతో నా ఫోన్ లోని ఫోటో ఎలా వచ్చిందో సరిగా కనిపించడం లేదు.

Kevin ఇంటి లోపలే ఉండటంతో తన ఫోన్ (latest model) తెచ్చి ఫోటో తీద్దాం అని, లోపలికి పరిగెట్టి కెవిన్ ఫోన్ తెచ్చినా ఆ బుడ్డది ఇంకా అక్కడే ఉంది. దానిని కెవిన్ ఫోన్ లో ఇంకో 2 ఫోటోలు తీసి, ఇంటిలోపలకు వెళ్ళి ఎలా వచ్చాయో చూస్తున్నాను. ఆశ్చర్యం ఈ రెండు ఫోటోల ముందు 2 పెద్ద పెద్ద పాములున్న videos ఉన్నాయి అవి చూసి మనసు పిండేసినట్లయ్యింది. మరల బయటకు పరిగెట్టినట్లుగా వెళ్ళాను. ఆ చిన్న పాము పిల్ల వెళ్ళిపోయింది అప్పటికే. గుండె పిండేసినట్లయ్యింది, దాని బాధ అర్థం అయ్యి.

Me: ఈ వీడియో ఎక్కడిది?

Kevin: నిన్నటిది

Me: ఇవి Garage లోకి ఎలా వచ్చాయి? ఏమి జరిగింది??

Kevin: నేను Christ Lizards కోసం sticky trap పెడితే పాములు పడ్డాయి. అవి garageలో ఉన్నట్లున్నాయి.

Me: మరి ఏమి చేశావు నువ్వు?

Kevin: I took care of them.

Me: అంటే... ఏమి చేసావు? చంపలేదు కదా వాటిని? పామును చంపకూడదు. చంపితే పాతిపెట్టాలి.

Kevin: I am not going to bury a snake, don't worry I took care of it

Me: But I want to know what you mean by, you took care of them? I hope you didn't kill them.

Kevin: No I didn't kill them. But they are as good as dead.

Me: What do you mean by that? Please tell me what you did. I really want to know. You make me worry.

Kevin: Don't worry, forget about it.

నేను తనను వదలకుండా insist చేయడంతో...

Kevin: They stuck in a glue trap.

Me: OK, then what? Did you call animal protection?

Kevin: No, they can't help them. I threw them in the garbage bin.

సదృశ్య

Me: Did you kill them before you threw them in the bin? Or you throw them alive?

Kevin: I am not going to kill them. I just threw them in the bin.

Me: Are they still here?

Kevin: No, garbage has been picked up this morning.

ఆ తర్వాత నేనూ ఏమీ మాట్లాడలేక పోయాను. రెండు పెద్ద పెద్ద పాములు అవి. వాటి తలలు glue trap కు అతుక్కుపోయాయి. దీనిలో కెవిన్ తప్పు లేదు, ఆ పాముల తప్పా లేదు. పాపం ఆ పాముపిల్ల Parents ఏ వీళ్ళు. తన తల్లిదండ్రులు తిరిగి ఇంటికి రాకపోయేసరికి వాళ్ళను వెతుక్కుంటూ వచ్చింది ఈ పిల్ల పాము. మరలా వస్తుందేమో అని దానికోసం కాసేపు wait చేశాను garage door దగ్గర. ఒంటరి అయిన ఆ బిడ్డను తలుచుకుంటే కడుపు తరుక్కుపోతోంది. అదీ నాలాగే ఒంటరిదయిపోయింది. బాధతో నా గొంతంతా కూడా నొప్పిగా ఉంది, ఆ కుటుంబాన్ని తలుచుకుంటున్న కొద్దీ.

ధ్యానంలో శక్తి విజృంభించి వస్తుంది. పాములు పాదాల నుండి పైకి పాకుతున్నాయి.

ఇంటికి కొంత దూరంలో ఎప్పుడూ లేనిది ఒక unmarked Car పార్క్ చేసి ఉంటుంది ఈ మధ్య with dark tinted windows including wind-shield. Car లోని వాళ్ళు నన్ను గమనిస్తున్నారు. నేను వేసే ప్రతీ అడుగూ కూడా పైన తిరుగుతున్న 2 helicopters నుండి కూడా చూస్తున్నారు అని స్పష్టంగా తెలిసిపోతుంది. కానీ ఇవేమీ నన్ను నా మార్గం వెతుక్కోవడానికి అంతరాయం కలిగించడం లేదు. వారి వలన ఏ హానీ లేదని తెలుసునాకు. వాళ్ళు ఎందుకు నన్ను watch చేస్తున్నారో కూడా తెలుసు. గత కొన్ని రోజులనుండి ఈ choppers పగలు రాత్రి కూడా fly అవుతూనే ఉన్నాయి.

Next day morning మరలా కొత్త ఇంటికి వెళ్ళా సామానులు సర్దు దాము అని, backyardలో ఉన్న పెద్ద మామిడి చెట్టు కి ఏదో ఉదయపు సూర్యకిరణాలు పడి మెరుస్తూ కనిపించింది. ఏమిటా అని దగ్గరకు వెళ్ళా. అది ఒక పెద్ద సాలెగూడు. రాత్రి కురిసిన సన్నటి మంచు బిందువులు ఆ పెద్ద సాలెగూడుకు ముత్యాల్లా అంటుకుని, అది గాలికి కొంచెం ఊగుతూ ఉండడంతో, ఉదయపు సూర్యకిరణాలు పడి మెరుస్తూ ఉంది, అందమైన డిజైన్‌తో. అదొక అందమైన Spider, దాని అందానికి మించి నిర్మిస్తోంది తన web ని.

మంచు బిందువుల పూసలతో గుచ్చి అమర్చినట్టుగా, అవి కూడా కొత్త అందాలను తెచ్చిపెడుతున్నాయి ఆ web కు. ఎంతో ఓపికగా తీరికగా ఒక క్రమ పద్ధతిలో ఒక్కొక్క string నూ కలుపుతూ each and every string నూ rhythmic గా joint చేస్తుంది. అది “అందమైన పెద్ద పువ్వ లా ఉంది మెరుస్తూ”. కాసేపలా నిల్చుని దాన్ని చూస్తూ మైమరచిపోయాను. ఏ ఒక్క string ని కూడా అది miss అవ్వడం లేదు. ఒక్కొక్క తీగనూ కలుపుకుంటూ circular గా తిరుగుతుంది. ప్రతీ ఒక్క సర్కిల్, ప్రతీ ఒక్క joint కూడా ఒకే distance లో ఉంది.

మొన్న అమావాస్యకు పక్షులు. నిన్న పౌర్ణిమకు పాములు, ఇప్పుడు ఈ సాలీడు. అసలు ఏమి జరుగుతుంది? ఆలోచించడం మొదలెట్టాను. అలా తన్మయత్వంతో దాని web ని గమనిస్తూ ఆలోచిస్తున్న నాకు, flash లా ఒక idea వచ్చింది. అమ్మ ఏమి చెప్పాలనుకొంటుందో, నేను ఏమి చేయాలో, ఎలా ప్రయాణించాలో అర్థం అయ్యింది.

ఇప్పటి వరకూ శరీరం నుండి బయటకు రావాలి అనుకున్న నేను, ఇప్పుడు శరీరం లోకి వెళ్ళడానికి ప్రయత్నిస్తున్నా. నా తల్లిదండ్రులు ఉన్నది నాలోనే అని ప్రత్యేకంగా తెలుసుకున్న నేను, వారిని చేరాలి అంటే నాలోకి నేను వెళ్ళాలి. నన్ను నేను తెలుసుకోవడానికి, నా అసలు నన్నును చేరుకోవడానికి ఇదే సరైన మార్గం అనిపిస్తుంది. ఏ పని చేయడానికైనా, ఏమి సాధించాలన్నా శరీరం ఎంత ముఖ్యమో ఇంకా క్షుణ్ణంగా అర్థమవుతోంది.

ఈ శరీరం నుండి బయటకు రావడానికి ఒకప్పుడు ఎంత ప్రయత్నించానో, దానికి మించి ప్రయత్నిస్తున్నా, ఈ శరీరంలోకి దూరడానికి. ఆ శరీరం నీదే కదా! నీ శరీరంలోకి నువ్వు దూరడమేమిటి అన్న అనుమానం మీకు రావొచ్చు. అసలు రహస్యం అక్కడే ఉంది. దాని గురించి క్షుణ్ణంగా చెప్పే ముందు ఇంకా కొన్ని ప్రయాణాల గురించి, నాకు ఏమి జరిగిందో చెప్పాలి ముందు.

ఇంకో కొత్త లోకం నుండి ఆహ్వానం వచ్చింది. అక్కడ అందరూ మనుషుల్లాగే ఉన్న వాళ్ళు ఎవరో నాకు బాగా తెలుసు. వాళ్ళకూ నేను కొత్తేమీ కాదు అని వాళ్ళను చూస్తేనే తెలిసిపోతుంది. చాలా సాదరంగా ఆహ్వానించారు. పరుపుల మీద, నేల మీద అని లేకుండా ఎంతో అందంగా ఒకరినొకరు పెనవేసుకొని ఆనందాలలో తేలిపోతున్నారు. వాళ్ళు ... దుస్తులు, నగలు ఎంతో అందంగా అలంకరించుకొని ఉన్నారు. వాళ్ళ మధ్య నుండి అలా నడుచుకుంటూ చూసుకొంటూ వచ్చేశాను.

ఈ లోకం నుండి తిరిగి వచ్చిన దగ్గరనుండీ నా కళ్ళు కొంచెం బూజరగా, తడిగా మరియు నా కళ్ళకు ఒక పలుచని పొర ఏర్పడినట్లు తెలుస్తోంది. ఈ మధ్య ఇలాటివే శరీరంలో చాలా మార్పులు జరుగుతున్నాయి.

మరొక ఆహ్వానం కూడా వచ్చింది నాగ లోకం నుండి, వెళ్ళి వచ్చాను. ఈ సారి ఈ పాములు నా పాదాల నుండి పైకి కళ్ళదాకా పాకుతున్నాయి నా శరీరం మీద. కళ్ళల్లో కూడా తిరుగుతున్నాయి.

రోజులు గడుస్తున్న కొద్దీ శరీరంలో చాలా మార్పులు వస్తున్నాయి. Book కూడా రాయకపోవడంతో చాలా సమయం ధ్యానంలోనే ప్రశాంతంగా గడుపుతున్నాను. శరీరం అంతా బాగా వైబ్రేట్ అవుతూ ఉంది. కళ్ళు కూడా బాగా వేడెక్కి, vibrate అవుతున్నాయి ఆ రోజు. అలా ఒక్కొక్క part ఒక్కొక్క రోజు వైబ్రేట్ అవుతుంది. ముందురోజు heart. Heart కొంచెం కష్టమే vibrate అవుతుంటే భరించటం. కానీ జరిగేదానిని ఆనందంగా అనుభవిస్తున్నాను.

అప్పుడప్పుడు ఆ Cardinal పక్షుల జంట కూడా వచ్చి పలకరించి పోతూ ఉన్నాయి, ఎప్పటిలా టక టక మని కిటికీకి వున్న glass మీద కొట్టి మరీ.

ఈ మధ్య నా కళ్ళకు స్పష్టత ఇంకా బాగా పెరిగింది. సూర్యుని నుండి ఏదో మండుతూ కారుతూ ఉండడం కూడా స్పష్టంగా నాకు కనిపిస్తుంది. ఇది నా naked-eye / కళ్ళకి కనిపిస్తుంది అంటే planets మీద research చేసే వాళ్ళకు ఏమి జరుగుతుందో తెలియక పోదు అనుకున్నా. కెవిన్ ను అడిగితే నాలా తనకేమీ కనిపించడం లేదు అన్నాడు.

నాకు రోజు రోజుకూ sense of smell కూడా బాగా ఎక్కువయ్యింది. త్వరలో నా భర్త శీనయ్య నా దగ్గరకు వచ్చే time దగ్గర పడుతుందని స్పష్టంగా తెలుస్తుంది. నా కోసం ఎవరో గుడి కడుతున్నారు. అక్కడకు తప్పక వెళ్ళాలి అనుకుంటున్నాను. ఎక్కడ కడుతున్నారో, ఎవరు కడుతున్నారో తెలీదు, కానీ వెళ్ళాలి అని మాత్రమే తెలుస్తుంది.

అన్ని అర్హతలతో గమ్యం చేరడానికి ఒక ట్రైన్ ఎక్కాను కానీ హారిక (పెద్దక్క కూతురు) గుర్తుకు వచ్చింది. తననూ నాతో తీసుకుపోవాలి అని, next stop final destination అని తెలిసినా మధ్యలో దిగిపోయాను. దిగిన తరువాత కానీ అర్థం కాలేదు ... అప్పటికే ట్రైన్ వెళ్ళిపోయింది. గమ్యం ఎక్కడో తెలుసు, అక్కడికి ఎలా వెళ్ళాలో కూడా తెలిసి ఉండడంతో, నెమ్మదిగా ప్రయాణం ప్రారంభించాను. Express బండికి, కాలి నడకకు ఉన్న వృత్యాసమే ఇప్పటి నా ప్రయాణం. కానీ గమ్యం చేరుకోవడమే నా లక్ష్యం. ఇది నేను జారవిడుచుకున్న మూడవ అవకాశం.

విశ్వం అంతా నిండి ఉన్నట్టు కేవలం నేనొక్క దానినే చాలా ప్రశాంతంగా ఉన్నాను. నా చుట్టూ ఒక పెద్ద గాలి వలయంలా నెమ్మదిగా ప్రశాంతంగా గుండ్రంగా కౌంటర్ clockwise తిరుగుతూ ఉంది. నేను మధ్యలో కూర్చుని ఉన్నాను. నేను తప్ప ఏ ఒక్కరూ లేరు అక్కడ. నేను ఇక్కడ ఒంటరిగా కూర్చుని ధ్యానం చేస్తూ ఉన్నా. చాలా నిర్మలంగా ఉంది అక్కడ. ఏ విధమైన ఘోష

లేదు. ఎంతో ప్రశాంతతను అనుభవిస్తూ నన్ను నేను మర్చిపోయాను. అక్కడే అలాగే ఉండిపోవాలని వుంది. మూడురోజులు ఈ స్థితిలో అలానే ప్రశాంతతను అనుభవిస్తూ ఉండిపోయాను.

కొన్ని రోజుల తరువాత కొంచెం గుడి గంటలు వినిపించాయి. క్రిందికి చూశాను. మనుషులు ప్రదక్షిణలు చేస్తున్నారు. నా చుట్టూ అంతా counter-clockwise తిరుగుతూ వుంది. మరి ఈ మనుషులు నా చుట్టూ clockwise తిరుగుతున్నారు. ఎందుకు వీళ్ళు స్వాభావికంగా కాకుండా ఎదురు ఎందుకు ఈదాలి అనుకుంటున్నారు? నా కుడి ప్రక్కగా కొంచెం క్రింద ఒక చిన్నది కూడా గుండ్రంగా అంతే ప్రశాంతతతో clockwise తిరుగుతుంది.

మేఘాలతో ఏర్పడిన సుడిగుండంలా గుండ్రంగా తిరుగుతూ నా లోపలకు ప్రవేశిస్తుంది శక్తి. అంత వేగంగా తిరుగుతున్నా ఏ శబ్దమూ లేదు. చాలా ప్రశాంతంగా, ఎంతో హాయిగా వుంది. కుడి శరీర భాగంలో అగ్ని. నుదిటి మీద, తలపై మాడుమీద చాలా active గా ఉంది.

దీపం నుంచి ప్రకంపనలు ప్రశాంతంగా అలలు అలలుగా పరుచుకుంటూ వ్యాపిస్తున్నాయి.

ఎన్ని అనుభవాలు అయినా, ఎంత తెలుస్తున్నా నాకు ఏమీ తెలియనట్టు still craving for knowledge. Craving for genetics.

5/3/13 న కొత్త ఇంటికి మారి, 3 nights నిద్ర చేసి ఇండియా వెళ్ళాను, చిన్నక్క కొడుకు పెళ్ళికి.

ఇండియా వెళ్ళిన వెంటనే మొట్టమొదటిగా నా తల్లిదండ్రులను దర్శించుకోవాలని పించింది. మరుసటి రోజు శ్రీశైలం వెళ్ళి వచ్చి, గుంటూరు లోని చిన్నక్క దగ్గరకు వెళ్ళాను. పై అంతస్తులో ఉన్న room ఇచ్చింది నా కోసం. ఎవరో తెల్లని ఆకారంతో నా మంచం చుట్టూతా ఎంతో వేగంగా

తిరుగుతూనే ఉన్నారు రాత్రంతా. ఎందుకు అలా తిరుగుతున్నారో అర్థం కాలేదు. నన్ను నిర్బంధన చేస్తున్నారో or protect చేస్తున్నారో కూడా అర్థం కాలేదు. కానీ వారి వల్ల నాకు ఏ అపాయమూ లేదని తెలుసు నాకు.

ప్రొద్దుటే మంత్రాలు వినిపిస్తుంటే, శృతి కలుపుతూ నిద్ర లేచాను. ఎంతో ఆహ్లాదంగా అనిపించింది. క్రిందకు వెళ్ళి అక్కను అడిగాను, ఏమి జరుగుతుంది మంత్రాలు వినిపిస్తున్నాయి, ఎందుకు అని. దగ్గరలో గుడి opening అని చెప్పింది. ఎవరి గుడి అన్నా, లక్ష్మీదేవి గుడి అన్నది. ఎంతో ఆశ్చర్యం వేసింది. వెళదామా అంటే సరే అన్నది. రెడీ అయ్య కాసేపు మెడిటేషన్ చేసుకొని లేస్తుంటే అనిపించింది, కడుపుతో ఉన్నా కదా, కాస్త జాగ్రత్తగా లేవాలి అని. అదేంటి ప్రతీ నెలా periods వస్తూనే ఉన్నాయి, ఎందుకిలా అనిపించింది అనుకున్నా. కానీ నాలో కొత్త కొత్త మార్పులు వస్తూనే ఉన్నాయి. నా నడకలోగానీ, శరీరంలోగానీ. అవి నాకు బాగానే తెలుస్తున్నాయి.

ఇద్దరం గుడికి వెళ్తుంటే speaker లో రుద్రం మొదలయ్యింది. నేను నడుస్తూనే శృతి కలిపి రుద్రం పాడుతూ గుడికి వెళ్ళాను. అక్క మధ్యలో ఎవరో తనకు తెలిసిన వాళ్ళు పలకరించడంతో ఆగిపోయింది. అక్కడ హోమం ప్రారంభించడానికి preparations జరుగుతున్నాయి నేను వెళ్ళేసరికి. దానికి ప్రక్కగా కొంతమంది బ్రాహ్మణులు కూర్చొని రుద్రం చెబుతున్నారు. హోమగుండానికి ఎదురుగా ఇంకొంత మంది కూర్చుని పూజ చేస్తున్నారు దర్భలతో, రుద్రం చెబుతూనే. నేను వెళ్ళి వారి పక్కన కూర్చొని వారికి ఏ మాత్రం తీసిపోకుండా అదే పెద్ద స్వరంతో రుద్రం చెబుతూ ఆ హోమానికి అగ్ని రాజేసే దాకా చూసి, రుద్రం చెబుతుంటే ప్రాణం లేచి వచ్చినట్లనిపించింది.

వాళ్ళు ఒకరిని ఒకరు కొంత వింతగా చూసుకోవడం నేను గమనించాను. కానీ అవేమీ నాకు పట్టలేదు. ఎంతో స్పష్టంగా rhythmic గా వారితో పాటుగా రుద్రం చెప్పాను. నాకూ అంత స్పష్టంగా రుద్రం వచ్చని అప్పుడే తెలిసింది. అక్కడ కాసేపు మాలతో జపం చేసుకుని, ధ్యానంలో మునిగిపోయాను.

అయితే చిన్నక్క వాళ్ళ ఇంటిలో నా శరీరానికి తగిన ఆహారం దొరుకుతున్నా, అక్కడ నా బిడ్డకు సరిపడా భోజనం దొరకడం లేదు. రాత్రుళ్ళు బయటకు వచ్చి తిరుగుతూ ఉన్నా. అక్కడికి దగ్గరలో అరటి తోటలు ఉంటే అటుగా వెళ్ళాను. ఒక అరటి చెట్టు నా కోసం కొన్ని కాయలను విడిచింది. నాకు అరటి పండ్ల ఇష్టం. అందునా ఆకలితో ఉన్నానేమో ఆ చెట్టు దగ్గరకు వెళ్ళి రెండు జంట పండ్లు, ఒక విడి పండు తీసుకున్న.

తిరిగి వస్తూ ఆ విడి పండును తొక్క తీసి తింటూ ఆలోచిస్తున్నా. అరటి చెట్టుకు కాయలు పండేదాకా ఉంచరు కదా, మరి ఈ చెట్టు చక్కని పండ్లను నా కోసం ఇచ్చిందే అని వెనక్కి తిరిగి ఆ చెట్టు వైపు కృతజ్ఞతగా చూశా. దూరంగా ఆ తోటలోకి ఎవరో పనివాళ్ళనుకొంటా వస్తుండదంతో నేను అక్కడ ఉండటం correct కాదని ఆ పండ్లను తింటూ వడి వడిగా తిరుగుముఖం పట్టా.

వరుసగా రోజూ గుడికి వెలుతూనే ఉన్నాను, పూర్ణాహుతి పూర్తయ్యేంత వరకూ ఉండి, పెళ్ళి కూడా చూసుకొని, శ్రీ కాళహస్తి, తిరుపతి, విజయవాడ కనకదుర్గమ్మ గుడి, అమరావతి, కోటప్పకొండ చూసుకొని Char Dhaam వెళ్ళాను ఇంకో ఇద్దరు స్నేహితులతో.

విజయవాడ కనకదుర్గమ్మ: కనకదుర్గమ్మ గుడికి వెళ్ళాలి అని ఉన్నది అంటే, మేము విజయవాడలో పని ఉండి అటే వెలుతున్నాము, నువ్వురా మాతో అని నా ఫ్రెండ్ తన చెల్లెలు తీసుకుపోయారు నన్ను. అమ్మని చూసి తిరిగివస్తుంటే, ఇంకా లోపలికి వెలితే శివుని గుడి, నాగదేవత గుడి అలా చాలా ఉంది దర్శించుకోవడానికి అని లోపలికి తీసుకువెళ్ళారు నన్ను. ముగ్గురం నడుస్తూ వెళ్తుండగా నాకు ఒకామె కుడివైపు నిల్చొని కనిపించింది, తెల్లని చీరలో, ఎర్రని పెద్ద కుంకుమ బొట్టు పెట్టుకొని, పొడవాటి కురులతో. పసుపు రాసి స్నానం చేసినట్లున్నారు, ముఖం పసుపు ఛాయతో మెరిసిపోతుంది. ఆమెను చూసి అక్కడే ఆగిపోయాను. కారణం ఆమె దానం తీసుకోవడానికన్నట్లు అక్కడ ఉంది. ముఖం ఎంతో కళగా, ఆ తెల్లని తెలుపు చీరలో ఆమె మరింత కాంతితో మెరిసిపోతుంది, చాలా ఆకర్షణీయంగా. అది

మామూలు తెలుపు చీర కాదు, ఒక energy తో కూడిన కాంతివంతమైన తెల్లని వస్త్రం. నా ఫ్రెండ్‌ని పిలిచాను, వాళ్ళకి ఈమెను చూపిద్దామని. కానీ వాళ్ళిద్దరూ మాట్లాడుకుంటూ వెళ్ళిపోతున్నారు. అక్కడ చాలా రద్దీగా ఉంది. అంత గోలలో నా పిలుపు వాళ్ళకు వినిపించడం లేదు. ఫ్రెండ్స్ వెళ్ళి పోతూ ఉండడంతో, తిరిగి వచ్చేటప్పుడు వీళ్ళకు చూపించాలి ఆమెను. ఆమె నాకేనా, మీకూ కనిపిస్తుందా అని అడగాలి అనుకున్నా. కారణం ఆమె ఒక వింత కాంతితో మెరిసిపోతుంది.

ఇంకా కొన్ని అడుగులు ముందుకు వేశాను. నాకు ఎడమ ప్రక్కగా అచ్చు ఇలాంటి తెల్లని తెలుపు దుస్తులతో / అందమయిన పంచె, లాల్చీతో ఒక వ్యక్తి. అతను ఇంకొక మాసిన బట్టలు వేసుకుని ఉన్న పొట్టి వ్యక్తితో మాట్లాడుతూ ఉన్నాడు. ఇంతకు ముందు చూసిన ఆమె భర్త ఇతనే అని అతనిని చూడంగానే అర్థం అయ్యింది. కారణం ఆమె కట్టుకున్న తెల్లని కాంతివంతమైన చీరె లాగానే ఉన్నాయి అతని దుస్తులు కూడా. అతను ఇంకొక వ్యక్తితో మాట్లాడుతూ ఉండడంతో, Oh.... వీళ్ళు నాకే కాదు అందరికీ కనిపిస్తున్నారన్నమాట అనుకున్నా. అయితే తిరిగి వెళ్ళేటప్పుడు వీళ్ళను తప్పకుండా అడగాలి, వాళ్ళకు ఈ పరిస్థితి ఎందుకు వచ్చిందో అనుకున్నా. అప్పటికే నా ఫ్రెండ్స్ కనిపించకపోవడంతో హడావిడిగా నడుస్తూ రద్దీగా ఉన్న జనాల్లో నేనూ కలిసిపోయాను.

తిరిగి వచ్చేటప్పుడు వాళ్ళు నాకు కనిపించకపోవడంతో నా ఫ్రెండ్ ని ఏమీ అడగలేదు.

Char Dham: ముందుగా యమునోత్రి చూసుకుని కేదార్ వైపు ప్రయాణం సాగుతుంది. Bus లో కూర్చుని ధ్యానంలో ఉన్న నాకు ఏదో మాకు ఎడమవైపుగా ఉన్న కొండమీది నుండి కారుతూ వచ్చి రోడ్డు మీద పారి కుడివైపు ఉన్న లోయలోకి వెళ్ళడం కనిపించింది. ఏమిటిది చూద్దాం అని కళ్ళు తెరిచాను. ఏమీ లేదు రోడ్డు మీద. Bus వెళుతూనే ఉంది ప్రశాంతంగా. ఏమయి ఉంటుంది అని ఆలోచిస్తున్నా. కాసేపటికి బస్సు ఆగింది. విషయం

　　　　　　　　　　　　　　　　　　సద్రుశ్య

ఏమిటంటే మా ముందు gravel slide వచ్చి ట్రాఫిక్ ఆగిపోయింది. 45 mins కి కానీ traffic clear అవ్వలేదు. దానిని దాటుతూ వెళుతున్నప్పుడు అర్థం అయ్యింది నేను మెడిటేషన్ లో ఏమి చూశానో. ఎడమ ప్రక్కన ఉన్న కొండ నుండి గులకరాళ్ళు జారుతూ road మీదకు వచ్చి పారుతూ కుడివైపున ఉన్న లోయలో పడిపోతున్నాయి. ముందు ముందు చాలా ట్రాఫిక్ బ్లాక్ అయ్యిందని information రావడంతో ఒక చిన్న ఊరిలో మా బస్సు ఆగిపోయింది.

ఆ రాత్రంతా నాకు నిద్ర పట్టలేదు. హోరున వర్షంతోపాటే నా చెవులకు ఆక్రందనలు, హోహోకారాలు వినిపిస్తూనే ఉన్నాయి. ఆ రాత్రంతా బస్సులోనే గడిపేశాము. తెల్లవారాక తెలిసింది. మేము రాత్రి కేదార్నాథ్ చేరి, బస చేయవలసిన హోటల్ వరదల్లో పూర్తిగా కొట్టుకుపోయిందని. వర్షం తగ్గాక చూస్తే మేము ఉన్న ఊరు చాలా ప్రశాంతంగా ఉంది. అక్కడ ఏ విధమైన damage జరగలేదు. మరి నేను రాత్రి విన్న ఆక్రందనలు ఎవరివి?

తరువాతి రోజు మాకు హోటల్ రూములు దొరికాయి అదే ఊరిలో. ఆ రాత్రి కూడా నాకు అరుపులు, కేకలు, ఏడుపులు వినిపిస్తూనే ఉన్నాయి చాలా స్పష్టంగా. ఏమీ చేయలేని పరిస్థితి నాది. ముందుకు పోలేక, ఇంకో 3 రోజులు అక్కడే గడిపాము. ఆ తరువాతి రోజు roads clear అయ్యాయని ఢిల్లీకి తీసుకువచ్చి వదిలేశారు మమ్మల్ని. ఆంధ్రాకి తిరిగి వచ్చి అరుణాచలం, గుజరాత్, కాశీ, Mount Kailash, అహోబిలం ఇలా చాలా చాలా temples తిరిగి వచ్చాను. ప్రతీ ఊరిలోనూ ఏదో ఒక experience జరుగుతూనే ఉంది.

అరుణాచలం: నేను ఒక కొత్త స్నేహితురాలు (నా friend కి friend 'చిట్టి') పొద్దుటే లేచి గిరిప్రదక్షిణ చేస్తుండగా ఒక కుక్క అరుచుకుంటూ పరిగెత్తుకొని వస్తుంది మా వెనక. దాని అరుపులోని తేడా నాకు అర్థం అయ్యి, వెనక్కి తిరిగి ఆగమన్నట్లు సైగ చేశాను. అది టక్కున ఆగి నేను తనని (చిట్టిని) కరవాలి అని చెబుతోంది. తను నాతో, నాకు తోడుగా వచ్చింది. తనను కరవడానికి వీలు లేదు అన్నాను. నా వైపు ఇబ్బందిగా చూసి చేసేది లేక అది గొణుక్కుంటూ

వెళ్ళిపోయింది. గిరి ప్రదక్షిణ పూర్తయ్యి అరుణాచల ఆశ్రమానికి వచ్చి మా cottage వైపు వెళ్తుండగా ఒక foreign lady మా కోసమే ఎదురు చూస్తున్నట్లు మా cottage దగ్గర నిల్చొని ఉంది. మమ్మల్ని చూసి మాకు ఎదురొచ్చింది. బాధగా నా దగ్గరకు వచ్చి నన్ను కుక్క కరిచింది, ఏమి చెయ్యను అని అడిగింది. డాక్టర్ దగ్గరికి వెళ్ళావా అంటే, వెళ్ళాను ఇంజక్షన్ ఇచ్చారు, రోజూ చేయించుకోవాలంట అన్నది. ఏమీ అవ్వదులే తగ్గిపోతుంది, ధైర్యంగా ఉండు doctor చెప్పింది చెయ్యి అని చెప్పానే కానీ, నేను చేసిన తప్పు నాకు తెలిసి వచ్చి, బాధనిపించింది. ఆమెతో కాసేపు మాట్లాడి పంపించాను.

Evening dining hall లో క్రింద కూర్చోలేను కాబట్టి, వెనక ఉన్న ఒక bench మీద కూర్చున్నా. నా పక్కన ఒక యూరోపియన్ వచ్చి కూర్చుని పేరు అడిగితే చెప్పా. అతనికి సంస్కృతం తెలుసనుకుంటా, నా పేరుకు అర్థం చెప్పాడు. అవును నాకూ తెలుసు. చాలా మంది Indians కు కూడా ఈ విషయం తెలియదు అని మెచ్చుకున్న. ఏమి చేస్తుంటావు అని అడిగాడు. ప్రస్తుతం meditation చేస్తున్నాను అన్నా. ఒకటి రెండు ప్రశ్నలు అడిగి, నీ గురువు ఎవరు అని అడిగాడు. మన తల్లితండ్రులయిన శివశక్తులు అన్నా. కొంత ఆశ్చర్యంతో నా వైపు తిరిగి you are lucky అన్నాడు. True అన్నా. కబుర్లు చెప్పుకుంటూ భోజనం ముగించాము.

గుజరాత్: ఈ state లోకి train enter అయ్యి తిరిగి ఈ state ని వదిలేంత వరకూ energy ఎంతో lively గా ఉంది.

కాశీ: ఇది మూడవసారి నేను కాశీ రావడం. అమ్మ పోయినప్పుడు మొదటిసారి, ధ్యానంలో ఉండగా తండ్రి తీసుకువచ్చారు రెండోసారి. ఇప్పుడు నలుగురు స్నేహితులతో వెళుతున్నా. కాశీకి వెళ్తుండగా దారిలో భారతి చెప్పింది కాశీలో సిద్ధులు ఉంటారంట, వారు ఎవ్వరికీ కనిపించరంట అని. అదే నిజమయితే వాళ్ళు ఏ రూపంలో ఉన్నారో నాకు కనిపించాలి అనుకున్నాను. ఆ రోజు రాత్రి (astral travel) ఒక కల వచ్చింది. అది ఒక వనంలా ఉంది. ఆ వనం ఎంతో అందంగా, ఆకర్షణీయంగా ఉంది. దానిలో

ఎన్నో రకరకాల పాములు ఉన్నాయి. అలాంటి వింత పాములను నేను ఎప్పుడూ చూడలేదు. ప్రతి ఒక్క పామూ కొత్తగా, వింతగా, ఎంతో అందంగా ఉంది. ఎంతో సేపు వాటిని చూస్తూ మైమరచిపోయాను.

మరుసటి రోజు మేము కాశీ వీధుల్లో నడుస్తుండగా ఒకామె ఒక బుట్టలో 2 పాములను పెట్టుకుని కూర్చుని ఉంది. అందరితో కలిసి ఆమెను దాటుకొని 2 అడుగులు ముందుకు వేసిన నేను, ఏదో గుర్తు వచ్చిన దానిలా రక్కున ఆగిపోయాను. వెనక్కి వెళ్ళి ఆ బుట్టలోని పాములను చూశాను. ఆ రెండూ నేను కలలో దర్శించిన పాముల్లోనివే. ఎంతో హ్యాపీగా ఫీల్ అయ్యాను. నా ఫ్రెండ్స్ని పిలిచి చూపిద్దాం అనుకుంటే వాళ్ళు అప్పటికే మాట్లాడుకుంటూ ముందుకు వెళ్ళిపోయారు. వాళ్ళు ఏ సందులోకో తిరిగితే మరలా నేను తప్పిపోతానని ఆమెకు కొంత డబ్బు తీసి ఇచ్చి వెళ్ళిపోయాను.

అన్నపూర్ణ దేవి temple లో కూర్చుని ధ్యానం చేస్తున్న నాకు ఏదో నల్లటిది నా తలపైనే ఉన్నట్లు, నా దారికి అడ్డ తగిలినట్లు అనిపించి, ఒక్కసారిగా కళ్ళు తెరిచి తల పైకెత్తి చూస్తే చిట్టి నా వెనుక నిల్చొని తన హస్తాన్ని కొంచెం ఎత్తులో నా తలపైన పట్టి నా వైపే చూస్తోంది. మరొక temple లో మరలా నేను ధ్యానంలో ఉండగా, నా జుట్టు లాగడం, నా చున్ని లాగడం చేస్తుంది. అప్పుడు నిర్ణయించుకున్నా ఇలాంటి వ్యక్తులు దగ్గరగా ఉన్నప్పుడు ధ్యానంలో కూర్చోకూడదు అని.

కైలాస పర్వతం: అది రెండోసారి నేను వెళ్ళడం. మొదటి సారి వెళ్ళినప్పుడు మానస సరోవరంలో రాత్రి నక్షత్రాలు వచ్చి స్నానం చేసి కైలాస పర్వతం వైపు వెళతాయి అని చెబితే విని ఆ చలిలో రాత్రి 3 గంటల దాకా నిద్ర మేల్కొని కూర్చునేసరికి, next day జ్వరం వచ్చింది. నీరసంగా ఉండి, breathing కష్టముగా ఉండడంతో Darchen/Mount Kailash దగ్గరే, కైలాసపర్వతాన్ని తనివితీరా (ఉదయం, మధ్యాహ్నం మరియు సాయంత్రపు సూర్యకాంతులతో పూట గడిచే కొద్దీ ముత్యం, వెండి, బంగారంలా కైలాస పర్వతం మెరిసిపోయేది) చూస్తూ ఆ 3 రోజులు గడిపేశాను. ఈసారి పర్వతప్రదక్షిణే

ధ్యేయంగా పెట్టుకుని వచ్చాను కాబట్టి, మరే దాని వైపు మనసు పోకుండా బుద్ధిగా పడుకొని నిద్ర పోయాను మానస సరోవరం దగ్గర.

అర్ధరాత్రి సమయం 1 or 2 అలా అయి ఉంటుందేమో, బయట నక్షత్రాలను చూస్తామని వెళ్లిన వారి మాటలు పెద్ద పెద్దగా వినిపించడం తో మెలకువ వచ్చి, కళ్ళు తెరిచి చూస్తున్నాను, బయటకు వెళదామా or పడుకొనే ఉందామా అని ఆలోచిస్తూ ఉండగా నా ముందు ఒక portal open అయ్యింది. దాని నుండి ఎంతో కాంతివంతమైన రంగులు బయటకు వస్తున్నాయి. ఏమి జరుగుతుందో అర్థం కాక కళ్ళప్పగించి చూస్తున్నా. అద్భుతం.... ఎంతో కాంతితో కూడిన వ్యక్తులు, స్త్రీలు, పురుషులు చాలా మంది...ఒకరి తర్వాత ఒకరిగా నా ముందు ప్రత్యక్షమై కనిపిస్తూ ఉన్నారు. ఎంతో అద్భుతమైన కాంతులతో మెరిసిపోతున్నారు వారంతా. ఎంతో అందంగా ఉన్నారు. వ్యక్తులు చాలా మంది వచ్చారు నా దగ్గరకు. ఒక్కసారిగా లేచి కూర్చుని వారిని తనివితీరా చూస్తున్నా. వారి చిరునవ్వ ఎంతో అందంగా, అమృతం వలకబోసినట్లుగా ఉంది. వాళ్ళు ఒక్కొక్కరిగా ఆ portal నుండి బయటకు వచ్చి, చాలా ప్రశాంతమైన కళ్ళతో చూస్తున్నారు.

పక్కనే ఉన్న మంచం మీద పడుకొని ఉన్న నా friend భారతి కూడా బయట చేస్తున్న సందడికి లేచినట్టుంది. ఏమిటే లేచావు అంటుంది. ఇటు చూడు, వీళ్ళు నీకూ కనిపిస్తున్నారా అన్నా. లేదే ఎవరు అంటుంది. నేను వాళ్ళనే చూస్తున్నాను తల తిప్పకుండా. వాళ్ళు ఒలకబోసే చిరునవ్వులు ఎంతో ఆహ్లాదంగా ఉన్నాయి. వాళ్ళు ధరించిన వస్త్రాలు కూడా మహత్తరమైన రంగులతో ప్రకాశవంతమైన కాంతులతో మెరిసిపోతున్నాయి ఆకర్షణీయంగా. భారతీకి నేను చూస్తున్నది చెబుతుండగా portal close అయ్యింది.

కైలాస పర్వత పరిక్రమ చేసే కొద్దీ చెవులలో కాకుల అరుపులు ఎక్కువ అవసాగాయి. మర్చిపోయాను చెప్పడం ఈ కాకుల అరుపులు ఇండియా ప్రయాణం ప్రారంభించే ముందు start అయ్యింది. రోజు రోజుకూ ఎక్కువవుతూనే ఉంది వాటి అరుపుల ధ్వని. Dolma-La-Pass (highest elevation of Mt. Kailash యాత్ర) చేరుకునేసరికి ఇక వాటి అరుపులు చెప్పనలవి కాదు. చెవులలో మారుమోగుతున్నాయి వాటి అరుపులు. కాకులు స్నేహితులు.

అహోబిలం: Car లో వెలుతుండగా నేను నిద్ర పోయాను. ఉన్నట్టుండి ఎంతో energy వస్తుండదంతో మెలకువ వచ్చింది. ఎక్కడున్నాం అని డ్రైవర్ ని అడిగితే, ఇప్పుడే అహోబిలం అడవులలోకి ఎంటర్ అయ్యాం అన్నాడు. అంత energy ఎందుకో అర్థం అయ్యింది. నా past లో ఈ ప్రదేశానికి నాకు సంబంధం ఉంది.

ఇలా చిన్న చిన్న అనుభవాలే అయినా, ఏదో ఒక అనుభవం ఎదురవుతూనే ఉంది. అలా చాలా Temples దర్శించి వచ్చాను.

తిరిగి US వచ్చేశా.

వెళ్ళిపడుకొన్నా 9.30 కే. నిద్రలో sudden గా పొలమారి మెలకువ వచ్చింది 11:11 కు.

పొద్దున్నె నిద్రలేచి కూర్చున్నా. ఈ కొత్త ఇంటిలో 3 రాత్రులు ఉండి ఇండియా వెళ్ళి వచ్చా. కొత్త కొత్తగా ఉంది. ఫ్యామిలీ రూములో కూర్చుని బయటకు చూస్తూ ఉన్నా. వెనుక వున్న sit out కు ఉన్న mesh నుండి ఒక బుల్లి పాము ఇంట్లోకి రావడానికి నానా తంటాలూ పడుతుంది. దాన్ని చూస్తే భలే ముచ్చటేసింది. అప్పటికే ఆఫీసుకు వెళ్ళిన Kevin కు call చేసి ఒక బుల్లి పాముపిల్ల లోపలికి రావడానికి try చేస్తుంది. దాన్ని లోపలికి తేనా పెంచుకుందాం అన్నా. Kevin అరిచినట్లుగా NO అని చెప్పాడు.

పూజలో ఈ మధ్య కొన్ని నెలల నుండీ (ఇండియా వెళ్ళుక ముందు నుండీ) గంట మోగిస్తున్నా వింతగా అది మోగటం లేదు. రౌండ్ రౌండ్‌గా తిరుగుతుంది, శబ్దం చేయకుండా, వింతగా. మరలా ఈ మధ్యనే అది మోగడం మొదలెట్టింది.

ఇది ఒక కొత్త లోకం. అక్కడ బోలెడు పాములు గుంపులు గుంపులుగా ఉన్నాయి. నేను నడుస్తూ ఉంటే, నాకు దారి ఇస్తూ, అవి దారికి ఇరువైపులా నుంచుని అన్నీ వంగి నాకు నమస్కారం పెడుతున్నాయి. టైం చూస్తే 13:00 అయ్యింది. ఆ తర్వాత పాములతో మరికొంత experiences అయ్యాక మెలకువ వచ్చి మరలా టైం చూస్తే 12:22. మరి ఈ 13 ఎక్కడి నుంచి వచ్చింది. అసలు clock లో 13 ఉండదు కదా! నా clock 12hrs కే am pm లతో set చేసి ఉంది. మరి అదెలా కనిపించింది నాకు? ఆ తర్వాత నుండీ శరీరం అంతా విపరీతంగా వైబ్రేట్ అవుతూ ఉంది. Tremendous energy వస్తుంది. ఆ రోజు నిద్ర లేచిన దగ్గర నుండీ కాకుల అరుపులు పోయి శంఖధ్వని వినిపిస్తానే ఉంది.

ఈ రోజు బృహస్పతి వచ్చారు నా దగ్గరకు. ఆ తరువాత ఒక శివలింగం కూడా వచ్చింది. దాని నుండి ఒక కన్ను open అయ్యింది. ఆ కన్ను చాలా ప్రశాంతంగా ఉంది. దాని నుండి ఒక దివ్య కాంతి project చేస్తున్నట్లుగా ఆ కాంతి వచ్చి నాపై పడుతుంది. ఎంతో స్వాంతన గా ఉంది నాకు. రాత్రి ఆదిదంపతులు వచ్చి తమ దగ్గర నన్ను ఉండమని కోరారు. ఇది వారి నుంచి వచ్చిన రెండవ పిలుపు నాకు. కాదనలేకపోయాను. సరే అమ్మ నేను పొద్దున అంతా మీ దగ్గర ఉండి, రాత్రికల్లా ఇంటికి వెళ్ళిపోతాను అని చెప్పాను. నిద్రలేచి ఆలోచిస్తే గానీ అర్థం కాలేదు ఏమి జరిగిందో.

పొద్దున లేచి YouTube ఓపెన్ చేసి దుర్గాసూక్తం వింటూ పనులు చేసుకుంటున్నారు. దాని తరువాత దానికదే దక్షిణామూర్తి స్తోత్రం ఓపెన్ అయ్యింది. సరే అని అది కూడా విన్నా.

Future లో కుందేళ్ళ farms ఎక్కువ ఉండడం చూశాను. వాటి నుండి పాలు తీస్తున్నారు. కుందేళ్ళు produce ఏ కాకుండా వాటి babies ను కూడా అమ్ముతున్నారు.

నేను కడుపుతో ఉన్నానని జయశ్రీ నన్ను సాదరంగా ఆహ్వానించి నాకు సరిగంగ స్నానాలు చేయించి నన్ను చక్కగా అలంకరించింది. శ్రీదేవి నన్ను భోజనానికి

పిలిచింది. ఎంతో రుచిగా వండి, ఆప్యాయంగా కొసరి కొసరి వడ్డించింది. వీళ్ళు నా స్నేహితులు కాదు, నా ప్రతిరూపాలు.

Future లో నా కళ్ళను బాగా ఉంచుకోవాలంటే ఇప్పటినుండే కొంచెం జాగ్రత్త చేసుకోవడం మంచిది అనిపించింది. ఎందుకంటే త్వరలో నేను తండ్రిని కలవబోతున్నాను.

ఆ రోజు ఎప్పటిలా పూజ ముగించుకుని మెడిటేషన్లో కూర్చున్నా. నా తల్లిదండ్రులు, ఇంత సూక్ష్మరూపంలో ఉన్న నాలో (శరీరంలో) ఉంటేనే అంత మహత్తరమైన వెలుగు వస్తుంది నా శరీరం నుండి, ఇక ఆ తండ్రి నా దగ్గరకు వచ్చి కనిపిస్తే నేను తనను అసలు చూడగలనా? ధ్యానం కళ్ళతో చూడడం సాధ్యపడింది. కానీ ఈ శరీర కళ్ళతో చూడగలనా? అందుకోసం అయినా నేను ఈ కళ్ళను రెడీ చేసుకోవాలి. ఈ రోజు ధ్యానంలో అది గుర్తొచ్చి...ఏమి చేయాలి అనుకుంటే, రేపటినుండి కాటుక పెట్టుకుంటే మంచిది అనిపించింది. నా కళ్ళకు నేను ఎప్పుడూ కాటుక పెట్టను.

నా తండ్రి నాకు దర్శనం ఇవ్వాలంటే శత్రువులు లేకుండా చూసుకోవాలి. శత్రువులు ఉండకూడదు అనుకుంటే అందరినీ క్షమించగలగటం అలవాటు చేసుకోవాలి. దానికంటే ముందు నన్ను నేను క్షమించుకోగలగాలి. అంటే నన్ను నేను ముందు ప్రేమించగలగాలి. ఎక్కడో (అనంతం నిండి) ఉన్న తండ్రి కంటే నాలో ఈ సూక్ష్మ రూపంలో ఉన్న తల్లిదండ్రులను ముందు ప్రేమిద్దాం. ముందు నన్ను నేను జయిస్తే అందరినీ జయించినట్లే. ఈ ప్రయత్నం ఇప్పటి నుంచే మొదలు కావాలి.

అంతరంగాలలోకి ధ్యానం మొదలెట్టాను. నన్ను నేను మెప్పించగలిగితే సాధించలేనిది ఏదీ లేదు అనిపించింది. నాకు ఊహ తెలిసిన దగ్గరనుండి ఏ మనిషి మంచిగా అనిపించలేదు. ఆ మంచి మనిషి కోసమే ఈ నా అన్వేషణ. మరి నేనూ మనిషినేగా నాలో ఉన్న మంచితనం బయటకు తీసి మెప్పుపొందాలి అన్నదే ఈ ప్రయత్నం. నా కొత్త ప్రయాణానికి తల్లిదండ్రులను ఆశీర్వదించమని కోరాను.

నా ఈ ధ్యానం కొత్త దారి పట్టింది.

ఈ రోజుకు ధ్యానం ముగించుకొని దీపం దగ్గరకు వెళ్ళాను. దీపానికి పైన ఉన్న మూత నుండి నల్లగా ఏదో బయటకు వచ్చి ఉంది. ఏమిటా అని చూస్తే నల్లటి మసి పువ్వు వికసించినట్లుగా ఉంది. మసితో smooth గా, అందమయిన మేఘంలా embossing లా విచ్చుకున్న పువ్వు. మరొకరైతే ఎలా భావిస్తారో తెలియదు, నేను మాత్రం మహా ప్రసాదంగా భావించి చాలా ఆనందించాను.

ఎందుకంటే నా కంటి కాటుకను ఆ తండ్రే నాకు ప్రసాదించినందుకు. రోజూ పెడుతున్న దీపమే ఈ రోజూ పెట్టాను. మరి ఈ కాటుక రోజూ రాలేదుగా. ఈ రోజు ఎందుకు వచ్చిందంటే నాలో కాటుక పెట్టుకోవాలనే కోరిక వచ్చినందుకు.

ఆనందంతోపాటు, నేను నా ఆలోచనలను, కోరికలను అదుపులో ఉంచుకోవాలి అని కూడా అర్థం అయ్యింది.

Net లో కాటుక ఎలా చేయాలో search చేసి, చిటికెలో తయారు చేశాను.

అక్కడ అందరూ కాషాయ వస్త్రాలు ధరించి ఎంతో బిజీగా వారి వారి పనుల్లో నిమగ్నం అయివున్నారు. అంతా గందరగోళం గా వుంది. నాకు ఏమీ అర్థం కాక వారిని చూస్తూ ఉన్నాను. ఈ లోపు నాదగ్గరకు ఒక కొత్త వ్యక్తి వచ్చి నన్ను కొత్త ప్రదేశానికి తీసుకు వెళ్ళారు. అక్కడి నేలమీదనుండి ఒక చెక్క తీసి, అక్కడ వున్న సొరంగ మార్గం ద్వారా నన్ను ముందుగా వెళ్ళమన్నారు. ఆ సొరంగంలోనుండి ఎక్కడకు వెళ్ళామో తెలీదు కానీ బయటకు మాత్రం ఒక cave నుండి వచ్చాను నేను ఒక్కదానినే. ఏ కొండ గుహ నుండి బయటకు వచ్చానో దాని పక్కనే శివపార్వతులు ఎంతో అందంగా ఆ కొండపై emboss- ing తో చెక్కబడి ఉన్నారు.

మన భూమి మీద చెట్లు అలంకారాలు అయితే, ఆ కొండకు మేఘాలు

                                                          సద్రుశ్య

ఆభరణాలు అన్నట్లుగా ఉంది. ఎంతో అందంగా, ప్రశాంతంగా ఉంది అక్కడ. నేను ఆ కొండ నుండి చూస్తే ముందు అంతా చాలా పెద్ద valley. ఎంతో అందంగా ప్రశాంతంగా వుంది అక్కడ. మరలా వెనక్కు తిరిగి తల్లితండ్రులను చూశాను. తెలియకుండానే అమ్మ, నాన్నా అన్నా. ఆ కొండమీద చెక్కిన రాతి embossing నుండి నిజ, ప్రాణ రూపంలో తలలు బయటకువచ్చి నన్ను చూసి చిరుమందహాసం చేసి పలకరించారు. నాలో ఎంతో తృప్తితో కూడిన ఆనందం.

ఇంతకుముందు నన్ను సొరంగంలోకి వెళ్ళమన్న వ్యక్తి మరలా వచ్చారు. నాకు తల్లి తండ్రులు చాలా శక్తులను ప్రసాదించినట్లు చెప్పారు. మరలా లోయ వైపు చూశాను. అక్కడ చిక్కటి మేఘాలు ఉన్నాయి. అవి ఒక నదిలా ఉన్నాయి. క్రింద కూర్చొని వేళ్ళు దానిలో ముంచి కదిల్చాను. అది ఒక చిక్కటి నీటి లాటి ద్రవంలా ఉంది. నేను దీనిపై నడవొచ్చా అని అడిగా. మానవ శరీరంతో ఉన్న నాకు అది సాధ్య పడదు అని, కింద భూమిపై ఉన్న నీటిపై సులభంగా నడవొచ్చని చెప్పారు.

అక్కడ వున్న cave ద్వారా మరలా వెనక్కు వచ్చేశాను. నాకంటూ నేను ఏ శక్తులనూ వాడుకోకూడదు అనుకున్నాను.

ఈ మధ్య shopping కు వెళ్ళినా.. అది కొనాలి, ఇది చూడాలి అని ఏ మాత్రం అనిపించడం లేదు. పైగా ఎపుడెపుడు ఇంటికి వెళ్ళిపోదామా అనే అనిపిస్తుంది. ఎవరైనా call చేసినా, ఎవరితో అన్నా మాట్లాడుతున్నా, ఎపుడెపుడు వీళ్ళు మాట్లాడటం ఆపేస్తారా .... ఈ సోది అంతా నాకెందుకు చెబుతున్నారు? ఏదైనా జ్ఞానానికి, ఆధ్యాత్మికానికి సంబంధించి మాట్లాడొచ్చు కదా అని అనిపిస్తుంది.

ఈ మధ్య నాకు ఆకలి చాలా పెరిగింది. ఎప్పుడూ ఏమి వండుకు తిందాం? అన్నదే ఆలోచన. మరి lunch కి ఏమి తిందాం? ఆ తరువాత ఏమి తిందాం అనే ఆలోచిస్తున్నా. నా నడకలో కూడా చాలా మార్పు వచ్చింది. కాళ్ళు వెడల్పు

చేసి నడుస్తున్నారు. కూర్చునే టప్పుడు తేడా వచ్చింది, వంగేటపుడు తేడా వచ్చింది. నిండు గర్భిణిలా ఉంది నా పరిస్థితి. అన్ని కోరికలూ తగ్గినా, ఈ తిండికోరిక తగ్గడం లేదు ఎందుకో. ఈ కోరిక తీరాలంటే ఏమి చేయాలి అని ఆలోచించాను. ఇతరుల ఆకలి తీరిస్తే నా ఆకలి తీరుతుంది అనిపించింది. దీనికి అన్నదానం మంచి పద్ధతి అనిపించింది. ముందుగా మా next door neighbor Mary హాస్పిటల్‌లో ఉందని తెలిసి fresh గా ఆమె కోసం కూర, అన్నం, స్వీట్ వండుకాని తీసుకుపోయాను. ఆమె ఎంతో ఆనందించింది. నాకు తృప్తిగా అనిపించింది.

ఆ రాత్రి... తెల్ల గడ్డంతో (పెద్ద వయసులో పురుష రూపంలో ఉన్న నేను), నెత్తిన కాప్పుతో, కాషాయ వస్త్రాలు వేసుకొని శాస్త్రోక్తంగా పెద్దగా మంత్రాలు చదువుతూ పెద్ద హోమం చేస్తున్నా. ఇంతకు గణపతి మంత్రం చదివానా అని ఇప్పటి నా బుల్లి మెదడుకు గుర్తుకు వచ్చి మంత్రం చదివి... ఇంతకూ ఇప్పటిదాకా నేను ఏ హోమం చేశాను? ఏ మంత్రాలు చదివాను అని గుర్తుకు తెచ్చుకుంటే ఎంతకూ గుర్తు రాలేదు. మళ్ళీ నిద్రలోకి జారుకున్న.

దాశరథీ శతకం 22

దాశరథీ శతకం! అంటే ఏంటి? 22 ఏంటి? సుమతీ శతకం అన్న పేరు విన్నా కానీ అదేంటో తెలీదు. ఈ దాశరథీ శతకం అంటే అసలు పేరు కూడా విన్న గుర్తు లేదు.

సరే ఇదేంటో తెలుసుకోవాలని లేచాను. Net లో చూస్తే మొత్తానికి దొరికింది. ఇందులో 100 పద్యాలు ఉన్నాయి. Interesting దీనిలో 22వ పద్యం తెలుసుకోవాలి. కొంత ప్రయత్నం తరువాత ఈ సంస్కృత పద్యానికి అర్థం దొరికింది.

Meaning interesting గా అనిపించింది. ఇది ఖచ్చితంగా నాకు సంబంధించినదే. ధ్యానం చేయడం మొదలుపెట్టిన రోజే నాకు నా తల్లి

దొరికింది. దేవుడే లేడు అని వాదించే నేను ఇంతగా దైవభక్తిలో మునిగిపోవడం, ఒంటరిగా ఉన్న నన్ను మేముస్నాం నీకు అంటూ తమ అక్కున చేర్చుకోవడం, ప్రేమతో నన్ను మంచి మనిషిగా మార్చి మంచి దారి చూపించడం.....

దీనిలో ఇంకో ఆశ్చర్యం కలిగించే విషయం కూడా ఉంది. నిన్న బలరాం మామయ్యకు call చేసి, నీకు అన్ని విషయాలు గుర్తుకు ఉంటాయి అంటావు కదా, మన వంశంలో ఎవరో సన్యాసం పుచ్చుకొని వెళ్ళిపోయారని విన్నా. అతనెవరు అని అడిగా. మన చుట్టాల్లోనే కంచెర్ల వాళ్ళు అని చెప్పాడు.

ఈ దాశరథీ శతకం కంచెర్ల గోపన్న రాసింది. ఇతనిని మనం భద్రాచల రామదాసు అంటాము. ఎంత వింతో కదా? నిన్నే కంచెర్లవారి గురించి మామయ్య చెప్పాడు. రాత్రి అతను రచించిన పద్యం నేను తెలుసుకోవాలని తెలిసింది.

అది అంతా ఒక పక్కన పెడితే నా తల్లిదండ్రులకు నా మనసులోని ప్రతి మాటా తెలుస్తుంది. వారు ఉన్నదే నాలో... మరి నాలోని భావాలు ఎందుకు అర్థం కాదు. వారు ఇరువురు అర్ధనారీశ్వర రూపం లో నన్ను నిండి ఉన్నారు. ఈ జన్మకు నన్ను కన్న తల్లిదండ్రులు నాకు సదృశ్య లక్ష్మి అని పేరు పెట్టారు. నాకు మంత్రోపదేశం చేసిన గురువుగారు దేవి అని కొత్త నామం ఇచ్చారు.

నా ఆత్మ పుట్టుకకు కారణమైన తల్లిదండ్రులు నాకు శ్రీ.. అని పేరు పెట్టారు. ఇన్నాళ్ళకు శ్రీ సదృశ్య లక్ష్మీదేవి అనే నామంతో నా పుట్టుక తెలుసుకోగలిగాను. ఈ నా అదృష్టానికి సాయపడింది స్వయానా నా ఆది తల్లితండ్రులే.

వారికి సేవ చేసుకోవడం స్వయానా నా బాధ్యత. అంతకు మించి వారికి నేనేమి ఇవ్వగలను? అంతా వారిదే, సర్వమూ నిండి ఉన్నది వారే. నాలో నిండి ఉన్నది కూడా వారే. ఇక నేను ఇచ్చేదేంటి? వారు తీసుకునేదేంటి? ఇచ్చేవారెవరు? తీసుకోనేవారెవరు?

ఎవరిది ఎవరికిస్తున్నాను? ఎవరిది ఎవరు తీసుకొంటున్నారు? అంతా భ్రమే. ఈ జగత్తు అంతా భ్రమే. ఉన్నదీ అంటే ఉన్నది. లేదు అంటే ఏమీ లేదు. నావి కాని వాటిని నావిగా ఊహించుకుంటూ.... నేను కాని దానిని నేను గా భావిస్తూ... అసలు చావే లేని ఆత్మతో ఎప్పుడు పోతామో అనే క్షణిక భయంతో... జీవించే ఈ ప్రాణుల మధ్య... అందరిలో ఉన్నది ఒక్కరే అని తెలిసినా గొంతెత్తి చెప్పలేని ఈ మూగబోయిన గొంతుతో... నేను ఎవరో తెలిసినా... చెప్పుకోలేని నోటితో... తండ్రి తమ దగ్గరకు రమ్మని పిలిచినా... ఏదో సాధించాలని... నాది కాని దానిని వదిలించుకోవాలని... ఇచ్చిన ఈ జన్మ సార్థకం చేసుకోవాలని... చేస్తున్న ఒకే ఒక్క ప్రయత్నం.

ఈ మధ్య శరీరంపై కొత్త మార్పులు వస్తున్నాయి. Of Course దానికి తగ్గ అపారమైన శక్తి meditation లో ఉన్నా, లేకపోయినా వస్తూనే ఉంది.

ఇంతకుముందు శరీరం మీద అంతా బుల్లి బుల్లి చక్రాలు ఎలా తిరిగాయో ఇప్పుడు అలాగే బుల్లి బుల్లిగా vibrations వస్తున్నాయి. వీటితో పాటు బుల్లి బుల్లి lightning లాంటి శక్తితో కూడిన మెరుపు లాంటి కదలికలు కూడా వస్తున్నాయి. కంటిలో కూడా....you can imagine...

నా తల్లితండ్రులతో తప్పించి Kevin తో కూడా ఎక్కువ మాట్లాడాలని లేదు. Kevin తో కూడా slow గా detach అవుతున్నా. ఎప్పటికయినా ఇవన్నీ temporary బంధాలేగా. ఈ విషయంలో ఈ రోజు కొంచెం బాధపడ్డ. ఎంత నిజం తెలిసినా నేను ప్రస్తుతం ఉన్నది భూమి మీద కదా! కానీ ఏ బాధ అయినా కాలగమ్యంలో మానిపోతుంది.

మర్చిపోయా... నాకు అన్ని లోకాలు వెళ్ళి చూసే అవకాశం వచ్చింది కదా! అలా వెళ్ళి తెలుసుకున్న విషయం ఏమిటంటే ... ఒక్కొక్క లోకం లో ఒక్కొక్క రకమైన జీవులు ఉన్నాయి. ఒక్క భూమి మీదే చాలా రకరకాలైన జీవాలు కలిసి ఉన్నాయి.

ప్రతీ లోకంలో అందరిదీ ఒకే మాట... ఒకే బాట.

కేవలం ఈ భూమి మీదే నాది, నేను అనే మనస్తత్వాలు చూశాను. మరి రకరకాల జీవాలు, రకరకాల మనస్తత్వాలు ఉండే సరికేమో, ఈ మనుషుల్లో అంత స్వార్ధం వచ్చి చేరింది. ఇన్ని రకాల జీవాలు కలిసి బ్రతుకుతున్నా ఒక్క మనిషి తప్ప ఏ ఒక్క జీవికి ఇలాంటి స్వార్ధం ఏర్పడలేదు.

మనిషిగా జన్మ రావడం ఎంత అదృష్టమో మనిషి మర్చిపోయి బ్రతుకుతున్నాడు. ఈ జన్మ కేవలం ఆనందాలు అనుభవించడానికే అనుకొని వాటిని పొందడానికి ఏ పని చేయడానికైనా దిగజారుతున్నాడు.

ఈ భూమి మీద ఒక్క మనిషికి మాత్రమే ఇతరులకు పెట్టే అవకాశం వచ్చింది. ఈ అదృష్టం ఏ జీవికీ లేదు. ఇతర అన్ని లోకాలలో పెట్టడం, తీసుకోవడం, ఇవ్వడం అనే వాటికి తావే లేదు.

పుణ్యం సంపాదించగలిగే శక్తి కేవలం ఒక్క మానవుడికే దక్కింది. ఈ మానవ జన్మ కోసం ఇతర లోకాల వారు పరితపిస్తూ ఉంటారు. మరి అంత ప్రాముఖ్యత కలిగిన ఈ జన్మను ఎంతమంది సద్వినియోగం చేసుకో గలుగుతున్నారు?

రోజు రోజుకు వచ్చే శక్తి లో మార్పు ఉంటుంది, అది ఎక్కువ అవుతుంది. ప్రస్తుతం వచ్చే శక్తి ఎంత force గా ఉన్నదంటే "ఒక water tube నుండి force గా వాటర్ పంపితే అది వచ్చి ఎలా మనకు తగులుతుందో అలా అనమాట". అలా శక్తి వచ్చి నా నుదిటికి తగిలి ముక్కు మీదగుండా క్రిందికి జారుతుంది. ముక్కు, నుదురు కూడా ఆ ప్రవాహ తాకిడికి మొద్దుబారినట్లు అవుతున్నాయి. ఈ కొత్త శక్తి వలన శరీరం అంతా ఇజ్...ఇజ్ .... అంటూ ఎలక్ట్రిసిటీ పాస్ అవుతున్నట్లు ప్రవహిస్తుంది. శరీరం అంతా సన్నటి vibration.

ఈ శక్తి నేను meditation లో కూర్చున్నా కుర్చీకపోయినా వస్తూనే వుంటుంది. తేడా ఏమిటంటే నేను ధ్యానం లో ఉన్నప్పుడు, ఈ శక్తిని స్పష్టంగా

చూడగలను కూడా. మిగిలినప్పుడు ఎక్కువ feel అవుతూ అపుడపుడు చూస్తూ వుంటా. సరే ఈ శక్తి వలన నా శరీరంలో తెలుస్తున్న అనుభవాలు ఏమిటంటే చెవుల్లో ఇంకా లోపల్లోపల చక్రాలు తిరగడం, బొడ్డు పైనా నుదిటి పైనా చక్రాలు తిరగడం, పాములు పాకుకుంటూ పైకి రావడం, పాదం మీద (అరికాళ్ళలో) ఇంకా అగ్ని పుడుతూనే ఉండటం, ముఖ్యంగా నా మెడ నుండి పాములు పైకి పాక్కుంటూ తలలోకి ప్రయాణించడం. ఈ తల మీదకు పాకిన పాములు చుట్లు తిరుగుతూ నడినెత్తికి చేరుకోవడం.

ఈ విషయాలు ఎవరికైనా చెప్తే, నాకు ఖచ్చితంగా పిచ్చి పట్టింది అనుకోవడం ఖాయం. అందుకే ఈ కుండలినీ అనే అనుభవాన్ని గుప్తంగా ఉంచాలి అన్నారేమో. కాకపోతే గ్రాడ్యుయేట్ డిగ్రీ పొందాలీ అంటూ books దాచినట్లుంది ఈ వాదన. అసలంటూ ఒకటుందని తెలిస్తే కదా! ఇతరులు ప్రయత్నించడానికి కూర్చునేది. అదీ కాక ఈ యుగంలో అలా ప్రయత్నిద్దాం అనే తలంపు రావడమే గొప్ప. సగం మార్పు ఆ ఒక్క ఆలోచనతోనే వచ్చినట్లు.

గత కొద్ది రోజుల క్రితం వరకు ఈ అనుభవాలు నా ఎడమ ప్రక్క జరుగుతూ ఉన్నాయి. ఇప్పుడు కుడి ప్రక్క కూడా మొదలయ్యాయి. మొన్నటి దాకా దుర్గాష్టమి (దేవి నవరాత్రులు) జరిగాయి. అపుడు విపరీతమైన శక్తి నా కంటికే తగిలేది. ఈ శరీర మార్పులు కూడా ఎడమ ప్రక్కే వచ్చేవి. ఈ మధ్య మెడిటేషన్లో ఆలోచనలు వస్తున్నాయి. ఆ ఆలోచనలతో వచ్చిన ప్రశ్నలకు మెడిటేషన్ నుండి బయటకు వచ్చిన వెంటనే ఏదో ఒక రూపంలో సమాధానం దొరుకుతుంది. మొన్నొక రోజు మనుషులు ఈ డబ్బు కోసమే కదా చెడిపోతున్నారు, పాడయిపోతున్నారు, పాపఖర్మలకు ఒడిగడుతున్నారు అని చాలా బాధేసింది. ఈ పాపాలన్నింటికి కారణం నేనే అనిపించింది. ధ్యానంలో ఉండగానే కన్నీరు కారిపోతోంది. ఇంత మంది నా వల్ల పాడైపోవడం అనే ఆలోచన భరించలేకపోతున్నా. కానీ, నా విధి నేను నిర్వర్తిస్తున్నట్లు వాటి వలన వచ్చే కర్మలకు నాకు ఎటువంటిసంబంధం లేదని తెలిసింది. మనసు ఒక్కసారిగా చాలా తేలిక పడింది.

ఈ చక్రాలు బొడ్డు, నుదిటి పైన తిరిగి తిరిగి అక్కడ మార్కు కూడా కనిపిస్తుంది. ఈ మార్పులు అన్నీ ఒక్క రోజులో వస్తే ఏ మనిషి బ్రతకడు at least తట్టుకోవడం చాలా కష్టం. అందుకే ఆ తల్లి నాకు రోజుకు కొంత కొంత తట్టుకో గలిగినంత అనుభవాలే జరిగేట్లు చూస్తుంది. ఈ శక్తి రూపం ఎలా ఉందో వర్ణించాలి అని మనసు తహ తహ లాడుతుంది. కానీ ఇప్పటికే ఇది చదివే వాళ్ళకు నేను ఏమి చెబుతున్నానో అర్థం కావడం లేదని గ్రహించి ఇంక ఎక్కువ చెప్పడం లేదు.

శరీరంలో vibrations ఎక్కువ అవ్వడంతో కళ్ళు, పళ్ళు కూడా vibrate అవుతున్నాయి. Yes! మీరు చదివింది correct యే. పళ్ళు కూడా వైబ్రేట్ అవుతున్నాయి, మొద్దుబారుతున్నాయి. ఇక్కడ మీకో అనుమానం రావచ్చు, పళ్ళు vibrate అయితే అవి ఊడి చేతికి రావాలి కదా, అని. ఇంకో వింత చెప్పనా నా కళ్ళల్లో పాములు పాకుతున్నాయి. ఈ అనుభవాలు అన్నీ శక్తి అమ్మ నెమ్మది నెమ్మదిగా అలవాటు చేసింది కాబట్టి నేను తట్టుకో గలుగుతున్నాను.

రాత్రి తల అంతా మొద్దుబారినట్లు అయ్యి కళ్ళు తిరగటం మొదలెట్టాయి. నాకు 2006 దాకా ఈ కళ్ళు తిరగడం అంటే ఏమిటో తెలిసేది కాదు. అప్పుడూ ఎలా తెలిసింది అంటే, నాకు tubal pregnancy వచ్చి spotting అయ్యి కళ్ళు తిరగడం జరిగింది. అసలు కళ్ళు ఎలా తిరుగుతాయి అనే ప్రశ్న ఉండేది నాకు అప్పటిదాకా. అది కాస్త ఆ tubal pregnancy తో తీరిపోయింది. ఇది రెండోసారి కళ్ళు తిరగటం. అలా కొంత సేపు జరిగాక ఆగింది. నుదురు, తల అంతా మొద్దుబారినట్లు అయ్యింది. ఈ మధ్య నిద్ర చాలా తగ్గిపోయింది, అయినా శరీరానికి ఏ అలసటా లేదు. బహుశా రోజుకు గంట or గంటన్నర నిద్ర పోతున్నానేమో. శరీరం rest తీసుకుంటూనే ఉంది, కానీ నాకు ఏ మాత్రం rest లేదు. ఎప్పుడూ చాలా alert గా ఉంటున్నాను.

ప్రస్తుతం concentration అంతా నా తల పై భాగం మీదే ఉంది.

త్రిమూర్తులు ... వీరు ముగ్గురూ ఈ సృష్టికి కారకులే. మనను తయారు

చేసింది బ్రహ్మ అయితే, మనను పరిపాలించేది విష్ణు అయితే, మనను నడిపించేది శివుడు. ఇంతకు ముందు నేను ఈ ప్రస్తావన తెచ్చినట్లు గుర్తు. ఒక్కరే అన్ని బాధ్యతలు నిర్వర్తించే కంటే ఒక్కొక్కరు ఒక పని చేబడితే చాలా సులువు. అందుకే ఆ ఆది దేవుడు ఆది పిత అయిన పరమ శివుడు, బ్రహ్మ & విష్ణువులను సృష్టించి తమతో సరి సామానులను చేశారు. ఈ విషయం పూర్తిగా తెలియని కొంతమంది శివుడు గొప్ప అంటే కొంత మంది విష్ణువు గొప్ప అంటూ వాదనకి దిగుతారు. మరి నా విషయంలో జన్మనిచ్చిన తల్లిదండ్రులు గొప్పవారా .. వివాహం తర్వాత వచ్చిన భర్త గొప్పవార అంటే ఏమి చెప్పాలి? నాలో వున్నది, నా భర్త అయిన శ్రీనివాసుడులో వున్నది కూడా ఆ ఆది దంపతులే. కోడి ముందా గుడ్డు ముందా అన్నట్టు ఉంటుంది ఈ వాదన.

ఈ వాదన చేస్తున్న, చేయాలనుకొంటున్న మూర్ఖులు వేరొకరి మాట వినేకంటే తమకు తాముగా ధ్యానంలో కూర్చొని తెలుసుకోవడం మంచిదని నా అభిప్రాయం. అనవసర వాదనలకు వెచ్చించే సమయం ధ్యానంకు ఉపయోగిస్తే కొంచెం జ్ఞానం వస్తుంది కదా! నేను ఎవరినీ వేలెత్తి చూపడం లేదు. ఒక రకంగా నా గురించి నేనే చెబుతున్నా. అవును నేను దేవుడిని ఏమాత్రం నమ్మే మనిషిని కాదు ఒకప్పుడు. నేను పడ్డ కష్టాలు నాకు ఎదురైన అనుభవాలు నన్ను అలాగే నమ్మేట్టు చేసాయి.

నేను నమ్మిన ప్రతీ వ్యక్తి నన్ను మోసం చేసిన వారే. అలా అందరిమీదా నమ్మకం పోయింది. దేవుడు ఉన్నాడు అని ఎవరైనా అంటే ఏదీ నాకు కనపడమను అప్పుడు నమ్ముతా అనేదాన్ని మొండిగా. 2007 లో అనుకుంటూ అక్కాచెల్లెళ్యం ఈ దేవుడు ఉన్నాడా లేడా అని మాట్లాడుకుంటూ ఏ ఒక్క conclusion కూ రాలేక రాత్రి పడుకుంటూ, ఒక అక్క సలహాతో దేవుడు ఉంటే నాకు కనిపించాలి అని అనుకొని పడుకున్నా.

అది అద్భుతమో, వింతో, నా mind ఆడిన గేమో నాకు తెలీదు కానీ, అది కల మాత్రం కచ్చితంగా కాదు. ఆ రాత్రి శ్రీ విష్ణుమూర్తి 3 అవతారాలలో

కనిపించారు. చాలా ప్రశాంతమైన చిరునవ్వుతో .... ఎంత అందంగా వున్నారో. చేప, తాబేలు, వరాహ అవతారాలు. ఆయుధాలు కూడా పట్టుకుని సముద్రంలో నిల్చొని వున్నారు. సగం జంతువు సగం మనిషి. తెల్లారి ఈ విషయం అక్కా వాళ్లకు చెప్పా. దేవుడు ఉన్నాడు అని వాదించేవారే గాని నిజంగా చూశాను అంటే నమ్మేది ఎంత మంది? అదే జరిగింది. నేనూ... హ్హా అలా కాదు దేవుడు నా దగ్గరకు వస్తేనే నమ్ముతా అనుకొని మూర్ఖంగా ఆ విషయం మర్చిపోయా. నా కన్నతల్లి బ్రతికి ఉండి నా experience లు తనకు చెప్పి ఉంటే, పరిస్థితి ఎలా ఉండేదో తెలీదు కానీ అప్పటికి తను పోయి సంవత్సరం అయింది. అమ్మ సంవస్సరీకానికి India వెళ్ళినపుడు అయిన experience ఏ ఇది.

ఇది అంతా ఎందుకు చెబుతున్నా నేను అంటే, నేను ఎంత మూర్ఖురాలినో మీకు తెలియడానికి. అంతగా దేవుని నమ్మని మనిషిని నేను. అలాంటి దాన్ని ధ్యానంలో కూర్చోగానే శక్తి అమ్మ చెయ్యి నా మీద పడిన వెంటనే నాలో ఎంతో మార్పు నాకు తెలీకుండానే వచ్చింది. ఆ స్పర్శలో ఎంతో ప్రేమ, ఎంతో ఆప్యాయత ... నీకు నేనున్నాను అని చెప్పే ఓదార్పు. ఆ తల్లి వెచ్చని ఒడిలో నన్ను పడుకోబెట్టుకొని వీపు నిమురుతుంటే ఎంతో సేద తీరినట్లు అనిపించింది. అప్పటి వరకూ పడ్డ కష్టాలు అన్నీ ఒక్కసారిగా మటుమాయం అయిపోయ్యాయి. నిజానికి ఆ సమయంలో ఆమె శక్తి అమ్మ అని మాత్రమే అర్థమయింది. శక్తి అమ్మ అని కూడా ఎందుకు పిలుచుకుంటాను తనని అంటే, ఆమె వచ్చినపుడు అపారమైన శక్తి వస్తూ ఉండేది. అందుకే ఆమెను శక్తి అమ్మ అని పిలుచుకునే దానిని.

కానీ అప్పట్లో ఆ శక్తి అమ్మ ఎవరో నాకు ఏ మాత్రం తెలీదు, నాకు ఏమి జరుగుతుందో కూడా ఏమీ తెలీదు. అప్పటికి బావిలో కప్పలా, ఏ జ్ఞానం లేని మనిషిని నేను. నాకు వేదం చెప్పింది ఈ శక్తి అమ్మే. నిజమైన జ్ఞానం అంటే ఏమిటో తెలియచేసింది ఈ అమ్మే. అర్ధనారీశ్వరులు లా వారు నా శరీరాన్ని నింపి, నా ఈ జన్మను పునీతం చేసినపుడు గానీ అర్థం కాలేదు నా దగ్గరకు వచ్చింది సాక్షాత్తు ఆ ఆదిదంపతులే అని.

ఈ విధంగా ఆ ఆదిమాతాపితలను తెలుసు కోవడం ఇది మొదటిసారి మరియు చివరిసారి కాదని నాతోపాటు మీకు కూడా బాగానే తెలిసి ఉంటుంది. ఇలా తెలుసుకున్న వారిలో మీరూ ఒకరు ఎందుకు కాకూడదు? ఈ అనుభవాలు స్వయంగా మీరే ఎందుకు పొందకూడదు? ప్రయత్నించడం వలన లాభమే కానీ నష్టం ఏ మాత్రం లేదు. స్కూల్లో చెప్పింది వినడం వల్ల ఇంటికి వచ్చి చదవడం వల్లనే కదా మీరు పరీక్షలో పాస్ అవ్వగలిగింది. మీ ప్రమేయం ఏమీ లేకుండా పాస్ అవ్వలేదుగా. ఈ ధ్యానం వలన మనసుకు కావలసినంత శాంతి, ప్రశాంతత లభిస్తాయి. కనీసం వీటికోసం అన్నా ధ్యానం చేయండి. పచ్చ కామెర్ల వాడికి లోకం అంతా పచ్చగా వున్నట్లు, శాంత మనసుతో చూస్తే లోకం అంతా ఎంతో శాంతంగా ఉంటుంది.

నిర్ణయం మీదే కర్మలలో పడి కొట్టుకుంటూ బ్రతుకుతారో లేక శాంతి నిండిన మనసుతో తృప్తిగా జీవితం గడుపుతారో .....

Yes!!!!

ఈ భూమి మీద ప్రాణం ఎలా వున్నదో ఇతర గ్రహాలల్లో కూడా ప్రాణం అలాగే ఉంది. మన కర్త కర్మ క్రియలకు కారకులు ఎవరో, వారి కర్త కర్మ క్రియలకు కారకులు కూడా వారే అయినా, ఆ ప్రాణులకు మనకు అవసరమైన పంచభూతాలూ అవసరం లేదు. వారి రూపం వేరు, లక్షణం వేరు, గుణం వేరు. అయితే వీరిని చూడగలిగే శక్తి అందరికీ లేదు. ఆ తల్లిదండ్రుల దీవెన అందిన వారికే ఇది సాధ్య తరం అవుతుంది.

ఈ భూమి మీద కూడా తనకు కనిపించినదే ప్రపంచం అనుకొంటున్నాడు మానవుడు. తన కళ్ళముందే తనకు తెలియని ప్రపంచం చాలా ఉందని తెలుసుకోలేకపోతున్నాడు. ఆ దివ్య శక్తిని/చూపుని ధ్యానం ద్వారానే పొందగలం. ఆ దివ్య శక్తి ద్వారా కాలాతీతంగా...... లోకాతీతంగా ప్రయాణం చేయవచ్చు. ఇది అనుభవపూర్వకంగా మాత్రమే తెలుసుకోగల సత్యం. పైగా ఇది మానవ జన్మలోనే సాధ్యపడే సాధన. అందుకే మానవ జన్మ అంత

ప్రాముఖ్యమయినది. ఈ జన్మ ముగిసిన తరువాత మానవ జన్మ మరలా ఎప్పుడు వస్తుందో తనకు తెలీదు.

ఈ శరీరంతో ఉన్నది ఒక్క జీవితమే కాబట్టి ఆనందంగా అనుభవించి పోదాం అనుకుంటాడే తప్ప ఈ జన్మలోనే చేయగలిగిన, చేయవలసిన కొన్ని పనులు ఉన్నాయి అని గుర్తించగలిగేది ఎంతమంది? తనకు తానుగా ఎవరో తెలుసుకునేంత వరకూ జన్మలు ఎత్తక తప్పదని ఎందరు తెలుసుకొంటారు? మరుక్షణం, మరుసటి రోజు అన్నదే నీ చేతిలో లేనప్పుడు మరుజన్మ మానవజన్మ వస్తుందని ఎలా చెప్పగలవు?

నాకు తెలుసు ధ్యానం అంత సులభంగా కుదిరే ప్రక్రియ కాదు. కానీ ప్రయత్నిస్తే సాధించగలగనిది ఏదీ లేదు. చదువు ఒక్క రోజులో రాలేదు కదా! పెద్దవాడివి ఒక్కరోజులో అవలేదు కదా! ఈ డబ్బు, హోదా ఒక్కరోజులో సంపాదించలేదు కదా! ఏదైనా అంతే. పెద్దలు చెప్పారు కదా దీపం ఉండగానే ఇల్లు చక్కబెట్టుకోవాలి అని. ఈ దేహం కూడా అంతే .... ప్రాణం ఉండగానే నీవు ఎవరో తెలుసుకోవడానికి ప్రయత్నించు.

దేహమే దేవాలయం అని తెలుసుకో. నీలో కొలువున్న మహాదేవున్ని తెలుసుకోవడానికి ప్రయత్నించు. అంతటా నిండి వున్నది ఒక్కటే. నీలో ఉన్నదే ఎదుటివారిలోనూ వుంది. చూసేదే చూడబడుతుంది.

"అద్దం లేకుండా నిన్ను నువ్వు చూసుకోగలిగినపుడే నీలో నిజమయిన మార్పు వచ్చినట్లు"

నేను ధ్యానంలో కూర్చున్న 2వ రోజు అనుకుంటా ఈ మాట నాకు శక్తి అమ్మ చెప్పింది, అప్పట్లో నాకు ఇది అర్థం కాలేదు ఏదో ఒక రోజున అర్థం అవుతుంది అని, మరలా ఈ విషయాలు మర్చిపోతానేమో అని రాయడం మొదలెట్టా. ఒక్క సంవత్సరానికి గాని ఈ వాక్యానికి నిజమయిన అర్థం తెలీలేదు. ఇన్నాళ్ళు మాయలో పడి కొట్టుకుంటున్న నాకు కారడాతో పెళ్ళున

కొట్టినట్లనిపించింది. 44 సంవస్సరాలకు గాని నాకు ఈ విషయం అర్థం అవ్వలేదు. నాలా మీరూ సమయం వృథా చేసుకోవద్దు.

రేపు.... అనుకోకుండా ఈ రోజే మొదలెట్టండి. ఏ కారణం వల్లనయినా ఈ జన్మకు జ్ఞానం రాకపోతే అది మరొక మానవ జన్మ ఎత్తినప్పుడు ఈ జన్మలో చేసిన ప్రయత్నం తప్పక ఉపయోగపడుతుంది. మీకు వచ్చే జన్మలకు గాని, మీ కర్మలకు గాని, కర్త మీరే అని గ్రహించండి. క్రియలకు కారణమయిన మనస్సును మంచి మార్గంలో నడిపించండి. ఎదుటివారిని బాధ పెట్టడం అనే క్రియ రాబోయే కాలంలో నిన్ను నువ్వు బాధ పెట్టుకోవడం అనే కర్మను పొందడమే. ఎదుటి వారిని దూషించడం, ద్వేషించడం నిన్ను నువ్వు ఆయా కర్మలకు గురి చేసుకోవడమే. అదేవిధంగా ఇతరులకు చేసే మంచి నీకు నువ్వు మంచిని ఆహ్వానించుకోవడమే. ఇతరులకు చేసే మేలు నీకు నువ్వు చేసుకునే మేలే. ఒక్క మాటలో చెప్పాలంటే, ప్రతీ క్రియకూ అదే విధమైన కర్మ నీకూ లభిస్తుంది.

"For every action there is an equal and opposite reaction"

ఏ మనిషి మిమ్మల్ని బాధపెట్టినా, ఏ మాట మీ కన్నీరుకు కారణమయినా... తన క్రియలు మీ కర్మలను నిర్దేశించేవిగా చేసుకోవద్దు. పొరపాటున వారి మాటను స్వీకరిస్తే, ఇంతకు మునుపెప్పుడో మీరు చేసిన కర్మకు ఫలితం అని కన్నీళ్ళతో ఆ కర్మను కడిగేయండి. స్వీకరించని పక్షంలో ఆ మాటను అక్కడే మర్చిపోండి. ఏ వ్యక్తి తన ప్రమేయం లేనిదే ఏ పనీ జరుగదని తెలుసుకోండి. మీ అంతట మీరు మారడం తప్ప మరెవ్వరూ మిమ్మల్ని మార్చలేరు అని తెలుసుకోండి. ఈ ఒక్క సత్యం గ్రహించలేక భార్యాభర్తలు ఒకరిని ఒకరు మార్చుకోవడానికి నిరంతరం ప్రయత్నిస్తూ కష్టాల పాలు అవుతున్నారు. బిడ్డ చెడిపోతున్నాడు అని తల్లి వాడిని మార్చడానికి ప్రయత్నిస్తూ విఫలం అవుతూ ఉంటుంది. వాడి పూర్వ జన్మల ఫలితం వాడు ఇప్పుడు అనుభవిస్తున్నాడు అని ఆ తల్లి తెలుసుకోలేకపోతోంది.

ఇది తెలుసుకోగలిగిన జ్ఞానం ఒక్క ధ్యానం వల్లనే సాధ్యం అని నేను అనడం లేదు. ధ్యాన మార్గం శ్రేష్టమైనది. ఎందుకంటే ఇది నీకుగా నువ్వే తెలుసుకోగలిగిన నిజం. ప్రత్యక్షంగా తెలుసుకోగలిగిన సత్యం. అయితే దీనిని పరోక్షంగా కూడా తెలుసుకోవచ్చు.

రెండవ మార్గం ధర్మ మార్గం. అరిషడ్‌వర్గాలను అదుపులో ఉంచుకుని న్యాయం ధర్మం పాటించడం ద్వారా ఈ జ్ఞానాన్ని పొందవచ్చు. అరిషద్వర్గాలను అదుపులో ఉంచుకోవడం ద్వారా జ్ఞానేంద్రియాలు, కర్మేంద్రియాలను జయించవచ్చు. న్యాయం, ధర్మం పాటించడం వల్ల మనసును జయించవచ్చు. మనసు శాంతపూరితం, నిర్మలం అయినపుడు జ్ఞాన దేవత నిన్ను వెతుక్కుంటూ వస్తుంది.

మూడవ మార్గం జ్ఞానమార్గం. వేదాలు, ఉపనిషత్తులు, రామాయణం, భారతం, భాగవతం, గీత ... ద్వారా జ్ఞానాన్ని గణించవచ్చు. ఈ రోజుల్లో పూర్వ చరిత్రలను, నీతి కథలను చదివేది ఎంతమంది? చదివి, తెలుసుకున్నది పాటించేది ఎంతమంది? తప్పులు చేసిన వారంతా చేసేది తప్పు అని తెలియకనే చేస్తున్నారా .... ? (ఇవి కేవలం కథలే కాదు. నిజంగా జరిగినవి. అంత ఖచ్చితంగా ఎలా చెప్పగలుగుతున్నాను అంటే నా జన్మ ఆయా కాలాల్లో కూడా జరిగింది కాబట్టి).

నాల్గవ మార్గం భక్తి మార్గం. భక్తి ద్వారా దేవుడిని నమ్మిన వాడు, పాపాలు చేస్తే దేవుడు శిక్షిస్తాడు అని తెలియడం ద్వారా పుణ్యకార్యాలు చేయడానికి మనిషి ఒక్క అడుగు మంచి మార్గం వైపు వేయవచ్చు. సత్సంగాలలో పాల్గొనవచ్చు, తద్వారా జ్ఞాన సముపార్జన చేయవచ్చు.

ఈ భక్తి మార్గాన్ని స్వచ్ఛమైన మనసుతో ఎంత మంది అవలంభిస్తున్నారు? తమ కోర్కెల కోసం మొక్కుకోవడం, మొక్కు తీరడం కోసం గుడులచుట్టూ ప్రదక్షిణలు చేయడం, నడిచి కొండలు ఎక్కడం, హుండీలల్లో డబ్బు లంచంగా దేవునికే సమర్పించుకోవడం. భక్తి అన్న పేరుతో ఎంత అనాగరికంగా ప్రవర్తిస్తున్నారు?

ఎంత ఘోరానికి ఒడి కడుతున్నారు. గురువులమంటూ, భక్తులమంటూ పవిత్రమయిన కాషాయానికి కళంకం తెస్తున్నారు మరికొందరు. తమ కాళ్ళు కడిగి లక్ష ఇస్తే పాపం పోగడతాం అంటారు ఇంకొందరు. తమ పాపాలు తాము కడుక్కోలేనివారు ఇతరుల పాపాలు ఎలా పోగడతారో ఏ ఒక్కరూ ఆలోచించరు.

పాపం మానవులు సరి అయిన తెలివిలేక, ఎవరు జ్ఞానో ఎవరు అజ్ఞానో తెలుసుకోలేకపోతున్నారు. జ్ఞానార్జన కోసం ఏ ఒక్కరినీ ఆశ్రయించ నవసరం లేదని ఎప్పుడు తెలుసుకుంటారు? తమకు కావలసిన నిధులన్నీ తమలోనే నిక్షిప్తం అయి వున్నాయి అని ఎప్పుడు తెలుసుకుంటాడు?

ఈ గుప్త నిధి అన్వేషణకు నడుం కట్టండి. ఎవ్వరూ దొంగిలించలేని శ్రేష్ఠమైన నిధిని మీ సొంతం చేసుకోండి. ఈ నిధిని పొందిన తక్షణం మిమ్మల్ని మించిన భాగ్యవంతుడు వేరొకడు ఉండబోడని మీరే స్వయంగా తెలుసుకోండి! న్యాయం ధర్మం కోసం ధైర్యంగా పోరాడే వీరుడికి ప్రతి అద్భుతశక్తీ తోడుంటుంది అని మరవకండి!

పుట్టేటప్పుడు ఏమీ తీసుకురాము, పోయేటప్పుడు ఏమీ తీసుకుపోము అంటారు. కానీ అది 100% correct కాదు. కర్మలను ఎలా carry చేస్తామో ఇదీ అంతే. ధ్యానం ద్వారా సంపాదించిన జ్ఞానం మనతోనే వస్తుంది. అది మన ఆత్మకు సంబంధించినది. ఎన్ని జన్మలు తీసుకున్నా, ఆత్మ జ్ఞానం ఎప్పుడూ ఆత్మతోనే ఉంటుంది. కేవలం శరీరంతో సంపాదించినవి మాత్రమే శరీరంతో పోతుంది.

సరే let's go back to the story. నాకు నెలలు నిండుతున్నాయి. నిన్న ఇద్దరు Aliens వచ్చారు night. నా బెడ్ పక్కన నిల్చని ఉన్నారు. చాలా పొట్టిగా పెద్ద తలలతో. నన్ను ఏమి touch చేయడంలేదు. కానీ గమనిస్తున్నారు ఎందుకో.

                                      సద్రుశ్య

తరువాతి రోజు ఇంటివెనక ఎవరో చెక్క మనిషి, కళ్ళు మాత్రం లైవ్ గా ఉన్నాయి. అతనికి మనలాంటి శరీరం లేదు. చెక్కతో చేయబడివుంది అతని శరీరం అంతా. అతను ఒక గుర్రం మీద ఎక్కి కాపలాగా అటూ, ఇటూ తిరుగుతూ .. అపుడపుడు నన్ను చూస్తూ వున్నాడు. అతను కాపలా కాస్తున్నది ఇప్పుడు వున్న ఇంటి వెనకి backyard ఏ. నా ఇంటిని, నన్ను సంరక్షిస్తూ ఉన్న ఆ వ్యక్తి తెల్లని గుర్రంపై కూర్చుని, చేతిలో త్రిసూలంతో పోలిన పొడవైన ఆయుధంతో అటూ ఇటూ తిరుగుతూ ఉండటం చూశాను. గుర్రానికీ, గుర్రం మీద కూర్చున్న ఆ వ్యక్తికీ, ఇద్దరికీ నగలు చాలా అందంగా అలంకరించి ఉన్నాయి. వింత ఏమిటంటే నాకు అతను, అతని గుర్రము ఎంత స్పష్టంగా కనిపిస్తున్నారో, అలాగే అతనికీ, అతని గుర్రానికీ నేనూ అంతే స్పష్టంగా కనిపిస్తున్నాను.

దీనికి మించిన ఆశ్చర్యపరిచే విషయం ఏమిటంటే వారిద్దరి కళ్ళూ మండుతున్నట్లుగా ఎర్రగా ఉన్నాయి. చూడడానికి వారి కళ్ళు క్రూరంగా ఉన్నా, వారిద్దరూ నాపై ఎంతో ఆప్యాయంగా, ప్రేమగా చూస్తున్నారు. పైగా నేను వారిని చూసినప్పుడు మేము ఉన్నాము అన్నట్లుగా నాకు భరోసా ఇస్తున్నట్లు చేతిలోని ఆ ఆయుధం ఎత్తి తల కొంచెం క్రిందికి మీటారు. నేనూ యధాలాపంగా నా తలనీ అలాగే మీటాను. నాకు అర్థమయ్యింది అన్న రీతిలో.

నా భర్త పక్కన పడుకొని ఉన్నాను. అతని గడ్డం గుచ్చుకుంది. అదేంటి Kevin కు గడ్డం లేదు కదా! మరి ఇతనెవరు అని చూసా. అది Kevin కాదు. ఆశ్చర్యం, భయం, బాధ లాంటి ఏ భావం లేకుండా చూస్తున్నా అతని వైపు. అతను సన్నగా, పొడవుగా, గడ్డం తో వున్నాడు. అతని వస్త్రాలు కూడా వింతగా ఉన్నాయి, ఈ కాలం వేషధారణ కాదు అది. భాణం, విల్లంబులు, కత్తి వున్నాయి అతని దగ్గర. నేను బయటకు వెళ్ళివస్తాను అని ఒక కత్తిని మంచం headboard కు తక్కిన కొట్టి వెళ్ళాడు. వింత ఏమిటంటే ఈ సంఘటన అంతా ప్రస్తుతం నేను పడుకుని వున్న రూం లోనే జరుగుతుంది.

ఈలోపు బెడ్ రూమ్ sliding door బయట ఇద్దరు వ్యక్తుల మాటలు, నవ్వులు

వినిపించాయి. ఎవరో ఇంకొక మనిషితో మాట్లాడుతున్నట్టు వినిపించి లేచి ఎప్పటిలా తల్లిదండ్రులకు నమస్కారం పెట్టుకుంటుంటే నా శరీరం కుడివైపుకు తూలుతూ పక్కనే ఉన్న dressing table మీదకు వాలి పోతున్నా. బలవంతంగా లేచి, సరిగా నిలబడి బయటకు వెళ్ళా. అక్కడ ఇద్దరు యువకులు ఉన్నారు. ఇద్దరూ బీచ్ shirts, shorts వేసుకొని ఉన్నారు. వారిద్దరూ ఇది వారి ఇల్లే అన్నట్లు ప్రశాంతంగా relax అయ్యి కూర్చుని వున్నారు. ఇద్దరూ నవ్వుకొంటూ (చిరుమందహాసంతో) ఉన్నారు. ఇద్దరిలో ఒక వ్యక్తి లేచి ఇంకొక వ్యక్తికి మంచినీళ్ళు తేడానికి లోపలికి వెళ్ళాడు. ఈ లోపు అక్కడ lounge chair లో relaxed గా పడుకొన్నట్లుగా కూర్చున్న వ్యక్తిని మీరు ఎవరు ఇక్కడ ఏమి చేస్తున్నారు అని అడిగా.

అతను అదే చిరుమందహాసంతో తన దగ్గర ఉన్న cell phone తీసి ఏదో నెంబర్ dial చేసి నాకు ఇచ్చాడు. నేను hello అన్నా. అవతలి నుంచి Amazon can I help you అన్న మాటలు వినిపించాయి. వెంటనే లైన్ కట్ చేసి ఫోన్ వైపు చూస్తున్నా 911 కు కాల్ చేద్దాం అని. నువ్వు ఫోన్ చేయడం correct యే కానీ రాంగ్ నెంబర్ కి చేశావ్ చేయవలసింది 911 కు అని చెప్పా. ఫోనులో డేట్ జూలై 2007 అని ఉంది. అదేంటి ఇది 2014 కదా అని అర్థం కాక తల ఎత్తా. ఈ లోపు మంచినీళ్లకు వెళ్లిన వ్యక్తి మంచినీళ్ళ గ్లాస్ తో అక్కడకు వచ్చాడు.

అతని face కొంచెం తెలిసినట్లు ఉంటే చూస్తున్నా. అతను నారదుని లా ఉన్నాడు. ఈలోపు relaxed గా కూర్చున్న వ్యక్తి అతని గురించి ఇతను comedian అని చెబుతుంటే, అతనెవరో నాకు తెలుసు ఇంతకీ నువ్వు ఎవరో చెప్పు అంటూండగా అతనెవరో అర్థం అయ్యింది. ఎంతో ఉక్రోషం, ప్రేమ, కోపం, అలక అన్నీ ఒక్కాసారిగా వచ్చాయి నాలో. అలాగే వారి దగ్గరకు వెళ్ళి నేను అలిగాను అని వారికి తెలిసే విధంగా నిల్చున్నా. వచ్చి నన్ను దగ్గరకు తీసుకుని బుజ్జగించాల్సింది పోయి, తను నా మీద చమత్కారాలు విసురుతున్నాడు, పక్క వ్యక్తితో.

అతను నా శ్రీవారు. నన్ను మర్చిపోలేదు. మర్చిపోయింది నన్ను నేనే. జరిగిన జ్ఞాపకాలను గుర్తు చేశారు. 2007 లో నాకు తన 3 స్వరూపాలను చూపించారు. కానీ మాయ పొరలు కప్పి ఉండడంతో అపుడు నమ్మలేదు. ఇన్నాళ్ళు తను నన్ను మర్చిపోయారేమో .. తనకు నేను జ్ఞప్తికి రావడం లేదేమో అనుకొన్న. శ్రీవారు నన్ను వెతుక్కుంటూ నేను ఉన్న ఇంటికే వచ్చారు. నారదుడు నాకు నమస్కరించాడు. నేనూ ఆప్యాయంగా పలకరించాను. నా మనసు ఎంతో ఆహ్లాదంగా ఉంది. ఇన్నాళ్ళకు తను నన్ను వెతుక్కుంటూ నా దగ్గరకు వచ్చినందుకు.

ఇది అంతా రాస్తుంటే తలపై చాలా active గా చక్రా తిరుగుతుంది. ముఖం అంతా శక్తి పాకుతుంది.

ఈ రోజు నాకు ఒక మగబిడ్డ పుట్టాడు. ఈ సంతాన పుట్టుక జరిగేటప్పుడు పద్మశ్రీ, జయశ్రీ, శ్రీదేవి మరికొందరు స్త్రీమూర్తులు తోడుగా ఉన్నారు. ఆ బిడ్డకు పాలు పట్టి, పద్మశ్రీకే బాబు భాద్యతను అప్పగించి వస్తుండగా, పక్క గదిలో ఎవరున్నారో ఒక్క సారి చూసి రా అన్నది పద్మశ్రీ. పక్క గదికి వెళ్ళి చూస్తే ఆశ్చర్యం, ఈ జన్మకు పొందిన శరీరాన్ని కన్నతల్లి. అమ్మా నా బిడ్డను ఇక్కడే వదిలి వెళుతున్నా చూసుకో అని నోటిదాకా వచ్చి కూడా ఏమీ చెప్పలేకపోయాను. కారణం తాను నన్ను గుర్తించలేదు. చాలా ప్రశాంతంగా నా భర్త శ్రీనివాసుని బట్టలు సర్దుతోంది. తన ముఖం ఎంతో నిర్మలంగా ఉంది. తాను కోరుకున్నది తనకు దక్కినందుకు తృప్తిపడి మరలా బాబు దగ్గరకు వెళ్ళాను. అప్పటికే కొంచెం పెద్దవాడయ్యి ఎవరి ప్రమేయం లేకుండా, పుట్టుకతోనే తన పనులు తాను చేసుకుంటున్నాడు ఆ బిడ్డ. ఆకలి కలిగినపుడు పాలు మాత్రమే నేను పట్టాను. నా అవసరం లేకుండా పెరగడం నేర్చుకున్నాడు అప్పటికే. అది చూసి తృప్తిగా తిరిగి వచ్చాను.

ఆ తండ్రి ఒక సన్నివేశాన్ని సృష్టించి మన బాధ్యతను ఎంతో సున్నితంగా మనకు మనమే తెలుసుకొనేట్లు చేస్తారు... ఆయన లీల అద్భుతం. ఇలా నేను ఇలలోనే కాకుండా కలలో కూడా తప్పు చేయకుండా తీర్చిదిద్దారు / మార్చారు నన్ను. ఆ తల్లి తండ్రులకు సర్వదా ఋణపడి వున్నాను నేను. ఏదీ నాది కాదు

తనకు కృతజ్ఞతతో ఇవ్వడానికి. ఈ ఆత్మ, ప్రాణం, దేహం, మనసూ, మంచితనం అన్నీ తనవే.

ప్రతం జన్మలో నేను రామభక్తురాలిని.

నాతో పాటు ధ్యానం ప్రారంభించిన నా అక్కకు గొర్రెపిల్లలు, Angles కనిపిస్తున్నారు అంట. తనూ నా తోడబుట్టిన హిందువే. తన మనసులో ఏసుప్రభువు అంటే ఇష్టం కాబట్టి ఆ మహాత్ముడు కనిపించాడు. రాముడు, ఏసు, అల్లా ఇలా అందరిలో వున్నది ఆ శివశక్తులే. రూపం ఏదయినా కావచ్చు, ఏ మహాత్ముని అయినా నమ్మవచ్చు. ఎవరిని నమ్ముతున్నాము, ఎంత నమ్ముతున్నాము అన్నది ముఖ్యం కాదు. ఎంత న్యాయంగా, ధర్మంగా బ్రతుకుతున్నాము అన్నదే ముఖ్యం.

నేను ఇంతగా ఆ దేవదేవుడు, మహాదేవుడు, తత్పురుషుడు అయిన శివుని గురించి చెబుతున్నానని మీరందరూ కూడా కేవలం ఆ మహాదేవుని ఒక్కరినే నమ్మాలని లేదు. ఆ ఆది పితలు అందరిలోనూ (ప్రతీ జీవిలో) సరి సమానంగా వ్యాపించి వున్నారు. మీరు ఏ దేవున్నయినా నమ్మవచ్చు, ఏ రాయికయినా పూజచేయవచ్చు, ఏ చెట్టుకయినా బొట్టుపెట్టవచ్చు, ఏ పుట్టకయినా పాలుపోయవచ్చు. వీటన్నింటిలో ఏ ఒక్క దాన్ని నమ్మకనూ పోవచ్చు. కేవలం "మీ మనసాక్షిని నమ్మి అది చెప్పే నిజాన్ని, సత్యాన్ని గ్రహించగలిగి దానికి కట్టుబడి ఉండగలిగితే చాలు" కర్మలను తేలికగా జయించవచ్చు. మన బుద్ధి ఎంత చెడ్డదయినా దానిని మనసుద్వారా జయించవచ్చు. చెడ్డ కర్మలను మంచివిగా మార్చుకోగలిగిన శక్తి మనలోనే ఉంది.

గతాన్ని మార్చలేకపోయినా, మన ఇప్పటి ప్రవర్తన మీదే భవిష్తు ఆదారపడి ఉంది. ఈ ఒక్క జన్మకే పరిమితం అయిన శరీరాన్ని, ఇంటిని, కుటుంబాన్ని పోషించడానికి ఎంతో కష్టపడుతూ ఉంటాము. అలాటిది శాశ్వతం అయిన ఆత్మను గుర్తించడానికి ప్రయత్నించం ఎందుకని??

ప్రతిరోజూ సూర్యుడు ప్రశాంతంగా కనిపిస్తూనే వున్నాడు. తన చుట్టూ

సద్రూశ్య

అరవిప్పిన, ఆకాశం అంతా నింపుకొన్న, శక్తితో కూడిన, వికసించిన పెద్ద పువ్వు కనిపిస్తూనే వుంది. ప్రతీరోజూ ఈ దృశ్యం ఎంత అద్భుతంగా వుంటుందో చెప్పనలవికాని అందం అది. నేను కవినై వర్ణించడం తెలిసివుంటే ఒక్క జీవిత కాలం సరిపోదు ఆ అందాన్ని వర్ణించడానికి. మనకోసం అలసట అనేది లేకుండా ప్రతీరోజూ మనకు వెలుగుని పంచుతూ, శక్తిని అందిస్తూనే వున్నారు ఆ తండ్రి. పురివిప్పిన రెక్కలకింద మనలను కాపాడుతూవున్నది ఆ తల్లి. ఇంతకుముందు ఎప్పుడో ప్రస్తావించినట్లు గుర్తు. నా కళ్ళకు కెమెరా వుంటే సాక్ష్యాలతో మీ ముందుకు వచ్చేదాన్ని ... oops .... ఈ అనుభవాలూ అద్భుతాలు అన్నీ కేవలం అనుభవం ద్వారానే పొందగలం. ఈ అనుభవాలు మీరూ పొందాలి, ఈ ఆనందం మీరూ అనుభవించాలి అనే ఇవన్నీ రాస్తున్నాను.

ఈ మధ్య వద్దు అనుకొన్నా నా ప్రమేయం లేకుండా నా చిన్నతనం జ్ఞాపకాలు గుర్తుకువస్తూ వున్నాయి. గుర్తుకు వస్తున్నాయి అనేకంటే ఆ రోజున జీవిస్తున్నాను అనడం సబబు. అలా ఎందుకు గుర్తుకు వస్తున్నాయో తెలీక వాటినికూడా రాయడానికి నిర్ణయించుకొన్నా.

చిన్నతనంలో నాకు ప్రతి రోజూ ఒకే కల వచ్చేది. అది ఏమిటంటే, మేఘాలు పెరుగుతూ పెరుగుతూ (expand) పెద్ద పెద్దవి అయ్యి నా దగ్గర దగ్గరగా వచ్చేవి. అలా దగ్గరగా వచ్చి నన్ను ఉక్కిరిబిక్కిరి చేయడంతో ఊపిరి కూడా ఆడలేక నిద్ర లేచే దాన్ని. మరలా నిద్రలోకి జారుకుంటే, మరలా ... అదే అనుభవం. సంవత్సరాలు గడుస్తున్నా కలలో ఏ మార్పూ వుండేది కాదు. అక్కలకు చెప్పడానికి ప్రయత్నించినా వాళ్ళు నన్ను గేలి చేయడంతో వాళ్ళతో ఏ విషయాన్ని చర్చించేదాన్ని కాదు. అప్పుడూ.... ఇప్పుడూ.... కూడా. వారి వల్ల కలిగిన అనుభవాలు నన్ను ఈ విధంగానే ప్రవర్తించేటట్లు చేశాయి.

సరే ఇప్పటిదాకా ఈ ఒక్క కలే గుర్తుకు వుంది. నిన్న ఒక ఫ్లాష్‌లా గుర్తుకు వచ్చింది ఇంకో కల. టీనేజ్ వయసుకు వచ్చినప్పుడో or ఇంకా చిన్నతనం లోనో వయసు సరిగా గుర్తులేదు, కొన్ని సంవత్సరాలు రోజూ ఈ కలే వచ్చేది.

నేనూ లూసీ(కుక్క) రోజూ పై గదిలో పడుకునే వాళ్ళం. రోజూ అర్ధరాత్రి గజ్జల శబ్దం వినిపించేది. గజ్జలు పెట్టుకున్న కాళ్ళతో ఎవరో మెట్లు ఎక్కి పైకి వచ్చి నాగది తలుపు దగ్గర తచట్లు ఆడినట్లు వినిపించేది. చిన్నతనంలోనే అక్కల పుణ్యమా అని భయం పోయిన నేను అప్పుడప్పుడు తలుపు తీసి చూసేదాన్ని. ఏమీ కనిపించేది కాదు.

సరే, ఈ అనుభవం అయిన ప్రతి రోజూ నన్ను నేనే ఒక cave లోకి తీసుకువెళ్ళి పాతిపెట్టేదాన్ని. చాలా బాధ అనిపించేది, అమ్మ నా కోసం వెతుక్కుంటుంది ఏమో, నేను ఇక్కడ వున్నట్లు, ఇక్కడ దాచిపెట్టబడినట్లు అమ్మకు తెలుస్తుందో లేదో ... అనుకుంటూ నాలో నేను బాధపడుతూ వుండేదాన్ని. ఊపిరి సరిగా ఆడేదికాదు, అక్కడ చాలా చీకటిగా వుండేది. ఎంతో భయం వేసేది. రోజూ అదే గుహకి తీసుకు వెళ్ళేవాళ్ళు నన్ను గోతిలో పెట్టి, నేను బయటకు రాకుండా బయట తాళం కూడా వేసి వెళ్ళేవారు. అమ్మకోసం ఎదురు చూస్తూ ఏడుస్తూ వుండేదాన్ని. నా జ్ఞాపకాలు గుర్తు చేసుకొని ఇది రాస్తూ వుంటే ఇప్పటికీ కన్నీరు వస్తానే వుంది.

తెల్లారాక ఈ శరీరాన్ని కన్న తల్లికి నన్ను ఎవరో (నన్ను నేను) పాతి పెడుతున్నారు అని చెప్పాలనుకొనే దాన్ని. కానీ నేను ఇపుడు బాగానే వున్నా కదా! మరి అమ్మకు ఏమని చెప్పాలి? నా కలను తనకు ఎలా చూపించగలను అనుకొని ఏమీ చెప్పేదాన్ని కాదు.

అలా పాతి పెట్టబడినదాన్ని ఈరోజు విడుదల చేశాను. అందుకే అద్దం లేకున్న నన్ను నేను చూడగలుగుతున్నాను.

ఒక్క ఇల్లు అమ్మి 3 ఇళ్ళు కొనడానికి ప్రయత్నిస్తున్నాను. అన్నీ కెవిన్కు అప్పచెప్పి నేను ఇండియా వెళుతున్నాను ఇంకో వారంలో.

ఈ మధ్య ఒక్క విషయం స్పష్టంగా prove అవుతుంది అది ఏమిటంటే, ఎవరికన్నా నేను తెలిసో తెలియకో ఏ చిన్న సహాయం చేసినా వెంటనే నాకు

ఏదో ఒక మంచి జరిగిపోతుంది. అలాగే చెడు కూడా. తల్లి తండ్రులు పంచిన జ్ఞానంతో తప్పులు చేయడానికి ముందే ఆ పని చేయాలో లేదో తెలిసిపోతుంది.

తల్లితండ్రులుగా, గురువులుగా వారికి నేను ఇచ్చుకోగలిగిన గురుదక్షిణ ఇది ఒక్కటే. వారు నేర్పించిన మంచిని పాటించడమే. వారి బిడ్డగా వారికి మంచిపేరు తేవడమే నా ధర్మం. నేను చెడు చేయడం లేదు అనేకంటే వారు నా చేత చేయించడం లేదు అని కూడా చెప్పవచ్చేమో. ఎందుకంటే ... నా అనేది ఏమీ లేదు. తల్లితండ్రులు ఈ శరీరంలో చేరి సమానంగా నిండి ఉన్నారు. నేను అనే దీనిని నడిపిస్తున్నది వారే.

శక్తి చాలా ఎక్కువగా వస్తూ ఉంది. నుదురు చాలా active గా వుంది. రాత్రి చెవులల్లో కంతిరీగ దూరినట్లుగా చాలా fast గా twister లా శక్తివంతంగా శక్తి తిరుగుతుంది, రెండు చెవుల్లో ఒకేసారి తిరుగుతుంది. చెవుల్లో నుండి పెద్ద పెద్ద cones (శంఖం) లా సుదిగుండంలా శక్తి తిరుగుతుంది.

నిన్న అంతా విపరీతమయిన శక్తి వస్తూ వుంది. విష్ణుమూర్తి కనిపించారు, చాలా అందంగా, ప్రశాంత వదనంతో ఉన్నారు. టక్కున లేచాను. ఇక నిద్ర పట్టలేదు. చిన్నక్క నన్ను ఇండియాకు వచ్చేటపుడు alcohol bottles తెమ్మని చెప్పింది నిన్న. ఆలోచించాను. తీసుకువెళ్ళగలను కానీ తీసుకువెళ్ళాలని లేదు. ఎందుకంటే ఈ అలవాటులన్నీ వదిలివేశాను.. అలా అనేకంటే వదిలివేయబడ్డాయి అనడం మంచిది. నా శరీరానికి అవే పడక వదిలివేయబడ్డాయి.

అలా అని తనకు సహాయం చేయకుండా ఉండలేను. కానీ ఈ పనికి పొందే కర్మను నేను అనుభవించలేను. తనకే కాల్ చేసి ఈ పనికి పొందేకర్మ తను స్వీకరిస్తే తేగలను లేకపోతే తేలేను అని చెప్పా. తను ఈ కర్మఫలాని తనే స్వీకరిస్తున్నట్లు చెప్పింది.

తనతో ఈ విషయం చెప్పానోలేదో విపరీతమయిన మత్తు ఆవరించింది.

మరలా నిద్రలోకి జారుకున్నా. ఒక పెద్ద పక్షి కనిపించింది. అది ఎందుకో పెద్దగా అరుస్తూ ఏదో చెబుతుంది. దాని రెక్కలు విప్పారి వున్నాయి కానీ అది ఎగరడం లేదు. అది ఏమి చెబుతుందో నాకు ఏ మాత్రం అర్థం కావడం లేదు. దానిని పట్టుకోవడానికి ప్రయత్నించాను. కానీ చేజారిపోయింది. దాని కాళ్ళు పట్టుకోవడానికి కూడా ప్రయత్నించాను, నాకు దాని గోరు గుచ్చుకుందే కానీ దానిని క్రింద పడకుండా ఆపలేకపోయాను. ఆ గోరు గుచ్చుకున్న నొప్పికి తక్కున మెలకువ వచ్చింది.

కళ్ళు మూసుకొనే ఉన్నాయి, మత్తుగా నిద్రలోకి జారుకొంటున్నా, కానీ నేను కప్పుకున్న దుప్పటి స్పష్టంగా కనిపిస్తుంది. కళ్ళు మూసుకొన్నా కనిపిస్తున్నాయి అన్నీ అనుకొని మరలా నిద్రలోకి జారుకున్నా.

చెవులల్లో శక్తి చాలా active గా తిరుగుతూనే వుంది రోజూ, అలాగే కళ్ళు కూడా బాగా మండుతున్నాయి. కొన్ని రోజులనుండి నా కుడి పాదంలో & కుడి అరచేతిలో శక్తి సురుక్కున గుచ్చుకున్నట్లు అగ్ని పుడుతున్నట్లు వుంది. అపుడపుడు ఒకొక్క కాలి వేలి క్రింద. నిన్న అంతా కుడి అరచేతి మద్యలో శక్తి పుడుతూ ప్రవహిస్తూ ఉంది.

అమ్మ శక్తి అంతటా నింపుకొని వున్నా ఆ ... తండ్రి నా చెంతకు వచ్చిన ఆ ... ఒక్క క్షణం నా ఉనికిని నేను మర్చిపోయి నేనూ ప్రకృతిలో లీనం అయ్యి పూర్తిగా కలిసిపోయిన క్షణం, ఆ ఒక్క క్షణం కలిగిన అనుభూతి, పొందిన ఆనందం, తెలిసికొన్న జ్ఞానం మర్చిపోలేనివి. అంతకు మించినది ఇక ఏదీ లేదు.

ఇది నా కోరికో, స్వార్ధమో, ఆత్యాసో నాకు తెలీదు. కానీ ఆ అత్యద్భుతమయిన ఆనందాన్ని అనుభవించని ఈ జీవితం ఎందుకూ పనికిరానిది. తండ్రీ నాకు ఆ ఆనందాన్ని శాశ్వతంగా ప్రసాదించండి. నేను తెలిసో తెలియకో చేసిన తప్పులను క్షమించండి. లేదా నేను ఈ భూమిపైకి వచ్చిన కార్యాన్ని త్వరగా పూర్తి చేయించి మీ చెంతకు తీసుకు వెళ్ళండి.

చిన్నప్పటినుండీ నాకు కనిపించని మంచి కోసం, అలాటి వ్యక్తి దొరకక పోతాడా అని ఎదురు చూస్తూనే వున్నా. స్వార్ధరహితమయిన మంచి పూర్తిగా నశించింది అని స్పష్టమయింది. ప్రపంచం అంతా చుట్టినా మంచిని వేళ్ళతో లెక్కపెట్టవచ్చు. కనీసం ఈ 44 సంవస్సరాల జీవిత కాలంలో నాకు ఎదురు పడింది ఇది. ఇక ఎదురుపడరు, ఎదురు పడడానికి ఎవ్వరూ మిగలలేదు అని నిర్ణయించుకొన్న తరువాతే ఆ ... నా ... అసలయిన తల్లి తండ్రులను గుర్తించడం జరిగింది.

కొన్ని నెలల క్రితం సరస్వతి అమ్మ కనిపించి తన అంశలో నాకు ఒక మగ సంతానం కలుగుతుంది అని చెప్పింది. తరువాత కొద్ది రోజులకు నాకు ఉన్న శాపం గుర్తొచ్చింది. ఈ జన్మకు నాకు బిడ్డ వద్దని కోరుకున్నా. ఆ తరువాత periods రావడంతో నేను pregnant కాదులే అని ఆ విషయాన్ని వదిలేశా. కానీ నాకు బిడ్డ తప్పకుండా పుడతాడు అని తెలుస్తూనే ఉంది. ఆ తరువాత గర్భం ధరించినట్లు చాలా స్పష్టంగా తెలుస్తూనే ఉంది, కానీ ప్రతీ నెలా peri- ods వస్తూనే ఉన్నాయి. ఆ రోజు నేను, అక్క కూడా మాట్లాడుకున్నాము బిడ్డ అక్టోబర్‌లో పుడతాడు అని, కానీ వేరే వ్యాపకాలతో ఆ విషయాన్ని మర్చిపోయాను. అదీ కాక అప్పటికే శారీరక సుఖాన్ని త్యజించిన నాకు సంతానం ఎలా కలుగుతుంది అనుకొని ఆ విషయాన్ని serious గా తీసుకోలేదు.

ఈ మధ్య ఆకలి పెరగటం, నడుము నిప్పి, ఎక్కువసేపు నిల్చోలేకపోవడం, త్వరగా అలిసిపోవడం లాటి మార్పులు కొంచెం వింతగా అనిపించినా మొన్నటి కాన్పుతో సరస్వతి అమ్మ చెప్పింది నిజం అని స్పష్టం అయ్యింది. అయితే బిడ్డ వద్దా అనుకున్నా, ఈ బిడ్డను నేను ఎందుకు కనవలసి వచ్చిందో స్పష్టంగా తెలియడంలేదు కానీ ఒక్క విషయం ఖచ్చితం.

అంతానికి ప్రారంభం మొదలయ్యింది. అంతానికి ఆది పుట్టింది, అని మాత్రం తెలుస్తుంది.

ఇన్నాళ్ళ తరువాత మొదటిసారి తులసి ఇంటికి వచ్చింది.

సత్యం కొత్త వాహనాన్ని ఇచ్చింది నాకు.

పూర్వ జన్మలు లేవు అని వాదించడం అజ్ఞానం తో కూడిన వాదన. ఈ శరీరంతో గడిచిన ఈ జీవితం గురించి, ధరించిన దుస్తుల గురించి ఎంత కచ్చితంగా చెప్పగలవో అంతే ఖచ్చితంగా ఆత్మానుభవం తో ఆత్మ ధరించిన శరీరాల గురించి కూడా చెప్పగలము.

నేను మొట్టమొదట ధ్యానం మొదలు పెట్టడానికి కారణం కూడా ఇదే. ఒకావిడ ధ్యానం చేసి తన జన్మలు తెలుసుకున్నదంట అని మొదట వినగానే చాలా interesting గా అనిపించింది. అది ఎంతవరకు నిజమో నేనూ చేస్తే కదా తెలిసేది అని మొదలెట్టాను. ఇది నాకు ఉన్న బలమో, బలహీనతో తెలియదు. ఏదైనా కొత్తది or Variety అంటే చాలు నాకు ఎక్కడలేని ఉషారు వస్తుంది. ఆ ఉత్సాహమే నన్ను ధ్యానంలో కుర్చునేటట్లు చేసింది. ఆ తరువాత ఏమి జరిగిందో అంతా మీకు తెలిసిందే. ఒక్క చిన్న ఆలోచన నా జీవితాన్నే మార్చేస్తుంది అని ఆ రోజున నేను ఊహించలేనిది. ఆ ఆలోచన నాలో తెప్పించింది, నన్ను కూర్చోబెట్టింది ఆ తండ్రే.

గాలి స్వచ్చంగా కనిపిస్తానే వుంది. నా కంటిలోని రక్త నాళాలు నాకు స్పష్టంగా కనిపిస్తూ ఉన్నాయి. గాలిలో ఉన్న ఇతర జీవాలూ కనిపిస్తానే ఉన్నాయి (అంటే naked-eye కు కనిపించని ఎన్నో జీవాలు గాలిలో ఉన్నాయి). అన్నిటిలోనూ ఉన్నది ఆ ఆదిదంపతులే అని తెలిసాక నాలో ఏ స్పందనా లేదు.

ఇప్పుడు concentration అంతా తల పై భాగంలోనే ఉంది. రాత్రి అంతా తల పై / మాడు మీద రెండు పాములు పెనవేసుకుని చుట్లు తిరుగుతున్నట్లు చాలా active గా తిరుగుతున్నాయి. చెప్పాగా ఇంతకు ముందొకసారి, ఈ అనుభవాలు రోజుకు కొంచెం కొంచెంగా నేను తట్టుకోగలిగినంత

అందిస్తున్నారు ఆ తండ్రి. ఇవి అన్నీ ఒక్క రోజులో జరిగితే మనిషికి పిచ్చి పట్టడమో లేక ప్రాణం పోవడమో ఖచ్చితం.

నుదిటి పైన పాపిడి దగ్గర శక్తి చాలా active గా ఉంది. శరీరం లేని ప్రాణులే కాకుండా శరీరంతో ఉన్న వారు కూడా కనిపిస్తున్నారు. ఎప్పుడూ 3 లైనులలో ఏదో రాసి కనిపించేది, కాని స్పష్టత లేక చదవలేకపోయేదాన్ని. ఇప్పుడు కొంచెం స్పష్ట మవుతూ ఉంది. శరీరం అంతా చాలా active గా జిమ్ జిమ్ అంటూ శక్తి ప్రవహిస్తూ ఉంది.

తల్లి కడుపులో ఉన్న నాకు నా చేతి రేఖలు, కాళ్ళ రేఖలు ఏర్పడడం నేను స్పష్టంగా చూడగలుగుతున్నాను. అమ్మ మాటలు నాకు వినిపిస్తున్నాయి. చేసే పనులు కనిపిస్తున్నాయి. చిన్నప్పటి విషయాలు, నాతో ఇతరులు ప్రవర్తించిన తీరు, వారి మనసులోని ఆలోచనలు అన్నీ కూడా స్పష్టంగా వాటంతట అవే చిక్కుముడి విడిపోయినంత తేలికగా తెలిసిపోతున్నాయి. అంతా తెలిసి పోతున్నందుకు ఆశ్చర్య పడాలో, వారి ఆలోచనలు తెలుస్తున్నందుకు బాధపడాలో అర్థం కాని పరిస్థితి. కొంచెం బాధ అనిపించినా చేసేది ఎవరో, చేయించేది ఎవరో తెలిసిన దానినై ముభావంగా ఉండగలుగుతున్నాను.

కుందేళ్ళ సంఖ్య పెరుగుతుంది.

ఒక కొత్త ప్రదేశానికి తీసుకువెళ్ళారు నన్ను. అక్కడ విడి విడిగా గదులు, ఒక్కొక్క గదిలో కొన్ని మంచాలు / పడకలు ఉన్నాయి. ఒక్కొక్క గదిలోని మంచాలను, వాటిమీద ప్రశాంతంగా కూర్చుని వున్న వారిని చూస్తూ గదులు దాటుకుంటూ వెళుతున్నాము. అలా కొంత నడిచాక ఖాళీ మంచాలు ఉన్న గదులు కనిపించాయి. ఆ మంచాల్లో నాకు నచ్చిన మంచం ఎంచుకోమని చెప్పారు. అలా నా నివాసానికి ఒక కొత్త ప్రక్క ఏర్పడింది.

ప్రీనివాసుడు నా దగ్గరకు వచ్చే సమయం చాలా దగ్గర్లో ఉన్నదని తెలుస్తుంది.

నారాయణునికి మొట్టమొదటిసారిగా అభిషేకం చేశాను. ఒక గ్రద్ద వచ్చింది ఇంటికి.

ఆ రోజు రాత్రి ఏదో చేశాను. ఏమి చేశానో మర్చి పోయాను. కానీ చేసింది చాలా మంచి పని అని ఖచ్చితంగా తెలుసు. ఈ రోజంతా శరీరం (ముఖ్యంగా తల అంతా) చాలా active గా ఉంది.

శివుడు నాలో ప్రశాంతంగా నిద్ర పోతున్నాడు.

కొద్ది రోజుల నుండీ తల (కుడి మాడుపై) పై చాలా active గా బాగా కదులుతుంది. పాపటికి ఒక్క కుడి ప్రక్క మాత్రమే.

అర్ధరాత్రి శరీరం నిద్రలో ఉంటే చాలు, టక్కున ప్రయాణిస్తున్నా. ఒక ఇంటిలో ఒక ఆడమనిషిని కుర్చీలో తాళ్లతో కట్టి garage లో వుంచడం చూశాను. ఆమెను విడిపిద్దాం అని ముందుకు వెళ్లబోతుండగా ఎవరో నన్ను వెనక నుంచి శృంగారపరంగా వళ్ళు తడుముతున్నారు. చాలా అసహ్యం, కొంచెం భయం అనిపించినా ధైర్యం తెచ్చుకొని గట్టిగా వదిలించుకోవడానికి ప్రయత్నించి వదులు, వదులు అని గానిగినట్లు బైటకే అంటూ నిద్ర లేచాను. మరలా ఆ ఆడమనిషి ఎలా ఉందో ఏమిటో ఆమెను save చెయ్యాలి అని త్వరగా నిద్రలోకి జారుకొన్నాను.

సంస్కృతంలో ఏదో చాలా స్పష్టంగా పద్యం చదువుతూ చివరలో రామా ... !!! అంటూ నిద్ర లేచాను. చాలా ఆశ్చర్యం వేసింది. కారణం నాకు సంస్కృతం ఏ మాత్రం రాదు ఈ జన్మలో.

చెవుల్లో గోష చాలా ఎక్కువగా ఉంది. నిన్న సాయంత్రం నుండీ మాడుపై భాగం అంతా చాలా active గా కదులుతోంది. నిన్న పొద్దుటిదాకా just కుడివైపే తిరుగుతున్నది ఇప్పుడు మాడుపై మధ్య భాగంలో active గా తిరుగుతుంది.

మనలోని పంచభూతాలు ప్రకృతిలోని పంచభూతాలతో విలీనం అయినప్పుడు ప్రకృతిలోని మార్పులను ముందుగా గ్రహించగలుగుతాము. పక్షులు, జంతువులు ప్రకృతిలో జరగబోయే విషయాలను, రాబోయే మార్పులను ముందుగా దీనివల్లనే గ్రహించగలుగుతున్నాయి. ఎందుకంటే అవి ప్రకృతి మీదే ఆధారపడి బ్రతుకుతున్నాయి కాబట్టి. ఇది ప్రతీ జీవికి సహజ ప్రక్రియ. ఎంత సాధారణ ప్రక్రియే అయినా మనుషులు మాయతో కప్పబడి ఉండటం వలన ఇది సాధ్యపడదు. కానీ దీనిని ధ్యానం ద్వారా సాధించవచ్చు. ధ్యానంతో మనకు కప్పి వున్న మాయ పొరను చేధించవచ్చు. అపుడు మన మనసు ప్రకృతితో మమేకమవడం సులభం అవుతుంది. దీని ద్వారా భవిష్యత్తులో ఏర్పడనున్న మార్పులు ముందుగా గ్రహించవచ్చు.

ఎందుకో సముద్ర ప్రయాణం చేయాలని, నీళ్ళ మీద నడవాలని అనిపించింది. అప్పటికప్పుడు Cruise book చేశాను.

సముద్ర ప్రయాణం మొదలయ్యింది. చాలా ఆనందంగా, ప్రశాంతంగా వుంది. రాత్రి ఎవరో ఇద్దరు వ్యక్తులు కనిపించారు. వారిలో ఒకరిని నా భర్తగా గుర్తించాను. ప్రేమగా ముద్దు కూడా పెట్టుకున్నాము. పొద్దున్నే లేచాక గుర్తుకు వచ్చింది. పెదాలు అంతా slimy .. slimy .. గా ఉన్నాయి, మరి ముద్దు పెట్టింది మనిషికేగా అంత slimy గా... చేపగా ఉన్నదేంటి?

శరీరం అనే మాయలో భందీనయి వున్నానని గ్రహించి చాలా బాధ పడ్డాను. దీని నుంచి బయటపడాలని చాలా కోరికగా వుంది.

సముద్రం అడుగుభాగానికి submarine ద్వారా కొన్ని సార్లు వెళ్ళగలిగినా, Sea diving చేద్దాం అని సముద్రంలో దిగినా, ఎపుడూ సముద్రం అడుగు భాగంలో Sea bed మీద ఎప్పుడూ నడవలేదు. ఈ శరీరంతో మొదటిసారిగా సముద్రంలో నడవగలిగాను Sea trekking ద్వారా. ఈ రోజు ఎంతో ఆనందంగా వుంది.

Cruise cabin balcony లో కూర్చుని వెన్నెలను ఆస్వాదిస్తూ ఒక పెద్ద నక్షత్రాన్ని చూశాను. ఇంతకు ముందు ఎప్పుడూ అంత కాంతివంతమైన నక్షత్రాన్ని చూడలేదు. ఆ నక్షత్రాన్ని నిన్నే చూసినా అది ఏ light యో అనుకొన్నాను తప్ప నక్షత్రంగా గుర్తించలేకపోయాను. మాయ కమ్మినప్పుడు కళ్ళ ముందు వున్నది కూడా ఎంతలా గ్రహించాలేమో అర్థం అయ్యింది. ఆ పెద్ద నక్షత్రం నుండి రంగులు మెరుస్తూ కనిపిస్తున్నాయి. చాలా ఆశ్చర్యంగా వుంది. నక్షత్రాన్ని అంత దగ్గరగా చూడడం అదే మొదటిసారి మానవ రూపంలో. అంతే కాకుండా దాని నుండి white, yellow, green & red కాంతులు మెరుస్తూ ఒకదాని తరువాత ఒక రంగు మారుతూ కనిపిస్తుంది. Kevin ను పిలిచి చూపించాను. Kevin కూడా స్పష్టంగా చూడగలుగుతున్నాడు. ఈ పెద్ద నక్షత్రం చుట్టు ప్రక్కల ఉన్న నక్షత్రాలు కూడా అదే రకంగా మెరుస్తున్నాయి. అంత చిన్న చిన్న నక్షత్రాలు కూడా రంగులు మారడం ఎంతో స్పష్టంగా కనిపిస్తుంది. నక్షత్రాలు ప్రకాశవంతమైన రంగులతో మెరుస్తూనే ఉన్నాయి.

ప్రొద్దుట లెగవటం, లెగవటం పురుషసూక్తం చెప్పుకుంటూ నిద్ర లేచాను. నిన్న అంతా కూడా నా నోట్లో / మనసులో పురుషసూక్తమే ఉంది. చాలా ఆశ్చర్యంగా వుంది. ఇంతకు ముందు ఎప్పుడూ ఇలా జరగలేదు. ఎప్పుడూ రుద్రమే ఉంటుంది నా మదిలో. రాత్రి అంతా కూడా పురుషసూక్తమే వుంది నా తలంపుల్లో. ఇదెలా సాధ్యం? ఎందుకంటే నాకు పురుషసూక్తం రాదు.

అది ఒక పెద్ద లోయ. దానిలో చాలా పెద్ద volcano విజృంభించి burst అవుతుంది. దాని నుండి ఎర్రటి మండుతున్న లావా లాంటి అగ్ని అన్ని దిక్కులకూ కాలువలు కట్టి నన్ను వెంబడిస్తోంది. ఎటు వెళ్ళాలో తెలియక పరిగెడుతున్నాను. అది నా కంటే వేగంగా వెంబడించి నన్ను శిలగా మార్చింది.

India వెళ్ళి ఎక్కువ రోజులు అక్కడే గడపాలని నిర్ణయించుకున్నాను. అక్కడ నాకు తోడుగా శీనయ్య ఉంటాడని స్థిరంగా అనిపిస్తుంది. ధ్యానంలో ఎడమ

కన్ను శక్తిని పొందుతోంది. కొత్త రంగులు కనిపిస్తున్నాయి. Yellow, Mustard yellow గా Green, Sea green గా కనిపిస్తుంది.

కొత్త శక్తి నాలో అతివేగంగా వచ్చి చేరుతుంది. ప్రకంపనలు నుదిటిని బలంగా తాకుతున్నాయి. మాడు మీద activeness చాలా ఎక్కువగా ఉంది. బంధాలన్నీ వదిలించుకొని ప్రశాంతంగా ఉండాలని ఉంది. Kevin కు కూడా చెప్పాను అన్నీ తనకు వొప్పచెప్పి నేను ప్రశాంతంగా గడపదలిచానని.

శరీరంలో ఎక్కడో ఉన్న సన్నని ఒక బుల్లి వెంట్రుక లాగితే మనకు ఎలా స్పర్శ, చలనం వుంటుందో ... ఇంత ప్రకృతి, అంత విశ్వం తనలో ఉన్నా తనదైన మన ప్రవర్తనను, ప్రతీ మార్పును తండ్రి స్పష్టంగా చెప్పగలరు. రుద్రం చదువుతున్నా... ఇది అంతా రుద్రంలో స్పష్టంగా వున్నా, దానికి మించి చెప్పలేనంత, చెప్పదానికి మాటలే లేనంతగా ఉన్న తండ్రి గురించి అర్థం చేసుకొన్నదానినై ఇక రుద్రం చదవలేక పుస్తకం మూసేసాను.

“నేను” అని అనుకున్నప్పుడల్లా అది అందరి సమూహం అని తెలుసుకున్నాను. ఈ నేను అనేది ఒక్క శ్రీ సద్రుశ్య లక్ష్మీదేవిగా పిలవబడుతున్న ... ఒక్కటే కాదు. ఈ నేనులో శివశక్తులు, పంచభూతాలు, సూర్యచంద్రులు, ఈ విశ్వం అంతా నిండి ఉన్న సమూహమే ఈ నేను.

జరిగిన మరియు అనుభవించి తెలుసుకొన్న అనుభవాలను నెమరు వేస్తూ ఉండగా నా రెండు చెవుల్లో టప్ అంటూ శబ్దం చేస్తూ ఒక్కసారిగా గాలి బయటకు వచ్చి చెవులు కాళీ అయినట్టు అనిపించింది.

ఈ రోజు చాలా ఆనందంగా వుంది. ఎంతో ప్రశాంతమైన శక్తి వస్తూ ఉంటే ... ప్రేమగా ఆర్తిగా దానిని ఆస్వాదిస్తూ వున్నా. ఎంతో తృప్తిగా వుంది. ఈ ప్రకృతి, ప్రపంచం మనలోని ప్రకంపనలే అద్దం ద్వారా మనకు తిరిగి కనిపించేటట్లు చేస్తుంది అని అర్థం అయ్యింది. మన ప్రతిబింబమే మనకు కనిపిస్తుంది. దీనికి ఏ విధమైన అద్దమూ అవసరం లేదు.

తల్లి గర్భంలో వుండగా అలుముకున్న మాయ పొరలన్నీ చీల్చుకొని, వాటిని తొలగించుకొని బయటపడినట్లు అర్థమయింది. శరీరానికి గానీ, మనసుకు గానీ పట్టిన పొరలన్నీ తొలగిపోయాయి. రాత్రి చెవుల నుండి చిక్కటి ద్రవంలా బయటకు వస్తుంది. వేలు పెట్టి తుడుచుకొంటూనే ఉన్నా. అప్పుడు గుర్తుకు వచ్చింది అలా ఎందుకు తడి వస్తుందో ... నిన్న చెవుల నుండి వచ్చిన శబ్దం ఏవో లోలోపలి పొరలను తొలగించాయి అని. ఇప్పుడు చెవుల్లో చక్రాలు తిరగడం లేదు.

తల్లితండ్రులతో నిండివున్న ఈ శరీరం... కన్ను తండ్రి కన్నై, శ్వాస తండ్రి శ్వాసై, నోరు తండ్రి నోరై, నాలుక తండ్రి నాలుకై, చెవి తండ్రి చెవై, హృదయం తండ్రి హృదయమై, చెయ్యి తండ్రి చేయై, కాలు తండ్రి కాలై, పాదం తండ్రి పాదమై, పొట్ట తండ్రి పొట్టై, ఆలోచన తండ్రి ఆలోచన అయ్యి ప్రవర్తించి ప్రయాణం సాగించాలి.

ఎవరెవరో కొత్త వ్యక్తులను కలుస్తున్నాను. వాళ్ళు నా కుటుంబమో, దగ్గరి బంధువులో or స్నేహితులో అన్నంత చనువుగా ఉంటున్నాను. కానీ ఆ వ్యక్తులను ఇంతకు ముందు ఎప్పుడూ చూసిన గుర్తు లేదు నాకు. కొంతమందితో కలిసి ఎక్కడికో ఆడిటోరియం లాంటి ప్రదేశానికి వెళ్ళాను. మేము 4th floor లో కూర్చుంటాం అనుకుని అక్కడి సీటు దగ్గర చెప్పులు వదిలాను. కానీ మమ్మల్ని సాదరంగా ఆహ్వానించి, upgrade చేసి 5th floor లో ఉన్న special సీట్లు ఇచ్చారు. నా చెప్పులు క్రిందనే వదిలేసి పైకి వెళ్ళిపోయాము.

శక్తి అమ్మ కనిపిస్తుంది. భుజాల వరకే. తలలో శక్తి కొత్త ఉత్తేజంతో కదులుతూ ఉంది. శరీరం అంతా కూడా జుమ్ జుమ్ అంటూ శక్తి ప్రవహిస్తుంది. అపుడపుడు నా ఎడమ పిరుదు క్రింద నీరు పారుతున్నట్లు అనిపిస్తుంది.

సాయంత్రం నేను, Kevin కెనాల్ దగ్గర కూర్చున్నాము. తరంగాలతో కూడిన శక్తి కనిపిస్తూ ఉంది. గాలి కూడా వీస్తూ ఉండడంతో నీటిపై తరంగాలు

ఏర్పడుతున్నాయి. వింత ఏమిటంటే ఆ తరంగాలతోపాటు నీటిపై వీస్తున్న గాలి కూడా స్పష్టంగా కనిపిస్తుంది. ఎప్పుడూ ఇలాంటి వింతను చూడలేదు. ఒకవేళ Kevin కు కూడా కనిపిస్తుందేమో అని అడిగాను. తను కేవలం నీటి తరంగాలనే (అలలు) చూడగలుగుతున్నాడు. దానిపై వీస్తున్న గాలి తనకు కనిపించడం లేదు. ఎంత అందమైన అద్భుతం.

రోడ్డు మీద నడుస్తూ వెళుతున్నాను. రోడ్డు ప్రక్కగా ఒక పెద్దాయనను చనిపోయాడు అని పడుకోబెట్టారు. ఎందుకో అక్కడ ఆగి చూడాలనిపించి ఆగిపోయాను. పండబెట్టిన వ్యక్తి పక్కన కూర్చున్న వ్యక్తి ఇక్కడ ఉన్న వారిలో ఎవరికైనా "...." ఇది తెలుసా అని అడుగుతున్నాడు. నేను నాకు తెలుసు అనే లోపే కొంత దూరంలో కూర్చున్న మరొక వ్యక్తి పెద్దగా హమ్ .. అంటూ గర్జించినట్లు ... గాలి ఊదినట్లు చిన్న శబ్దంతో పండబెట్టిన వ్యక్తి తల మీదుగా గాలి ఊదినట్లు వదిలాడు. ఒక్కసారిగా శవ రూపంలో ఉన్న వ్యక్తి తల, ఎడమచెయ్యి కొంచెం ఎగిరిపడి అతనినుండి గాలి పూర్తిగా బయటకు వెళ్ళిపోయింది. ఆ విధంగా అతనిలో మిగిలి ఉన్న ఆ ఒక్క పాంచభౌతికానికి విడుదల లభించింది. ఇప్పుడు ఆ మనిషి పూర్తిగా శరీరాన్ని వదిలి వెళ్ళిపోయాడు. చెవుల్లో గోష మరలా వినిపిస్తూనే ఉంది.

నుదిటి భాగంలో శక్తి ఉధృతంగా కదులుతూ ఉంది. నటరాజ రూపం కనిపిస్తుంది. ఒక్క భుజాల వరకే. శరీరం అంతా జుమ్ జుమ్ అంటూ శక్తి ప్రవహిస్తూ ఉంది. కుడి కన్నులో ఏదో బాగా కదులుతూ ఉంది. కన్ను కదలికల వలన దృష్టి కూడా అపుడపుడు shake అవుతుంది. నుదిటికి శక్తి బలంగా వచ్చి తగులుతూ ఉంది. అపుడపుడు తల నుండి ఏదో విడివడటానికి ప్రయత్నిస్తుంది. ఇంతకు ముందు astral travel చేసే ముందు నా శరీరం నుండి కూడా ఇలాగే ఏదో విడివడటానికి ప్రయత్నించింది. ఇప్పుడు ఆ ప్రయత్నం తలలో జరుగుతుంది.

మొట్టమొదట ధ్యానం ప్రారంభించిన ఇల్లు అమ్ముతున్నట్లు ఈ రోజు సంతకం పెట్టాను. ఆ ఇంటిలోనే నాకు Enlightenment అయ్యింది. కానీ సంతకం

పెడుతుంటే ఏ మాత్రం బాధ అనిపించలేదు. పై పెచ్చు ఒక బాధ్యత తప్పినందుకు ఆనందంగా అనిపించింది. శక్తి చాలా ఎక్కువగా ఉంది. నా చుట్టూ తరంగాల లాంటి వలయాలు ఏర్పడుతున్నాయి. అపుడపుడు అలా వెలుగు కనిపిస్తుంది. కుడి కన్ను చివర ఏదో కదులుతూ ఉంది. అందువల్లనే చూసే దృష్టి కూడా అపుడపుడు కదులుతుంది.

I'm glad I'm a part of God's plan.

మోక్షం మీద కూడా వ్యామోహం లేని స్థితి అది. నా ప్రయాణం ఆగినంత కాలం ప్రయాణిస్తూనే ఉంటాను. ఇప్పుడు నేను కూర్చునే స్థితి మారింది ధ్యానంలో. నా బొటన వేలిని చూపుడు వేలికి తాకి కూర్చుంటున్నాను.

పొద్దున్నె లేగవగానే తండ్రి కనిపించారు. ఎంత ఆశ్చర్యంగా అనిపించిందో అంత ఆనందంగా కూడా అనిపించింది. ధ్యానంలో ఏదో చెప్పలేని అనుభూతి. ఎప్పుడూ ఇలాంటి అనుభవం కలగలేదు. ఇది సరికొత్త అనుభూతి. తలపైన active గా తిరుగుతూనే ఉంది. నుదురు అంతా ఏ క్షణం అయినా పేలిపోవచ్చు అన్నంతగా ఉంది. కానీ నాకు ఏమీ ఇబ్బంది అనిపించడంలేదు. కొత్త శక్తి, తరంగాల రూపంలో వచ్చి నుదిటిని తాకుతున్నాయి. అపుడపుడు ఒక్క green రంగు మాత్రమే కనిపిస్తుంది. కుడి కన్ను క్రింది రెప్ప చివరి భాగంలో active గా కదలికలు వున్నాయి. శక్తి తరంగాలు కంటికి స్పష్టంగా కనిపిస్తున్నాయి. అపుడపుడు కాంతి అలా కనిపించి మాయం అవుతుంది. ఈ రోజంతా కుడి రొమ్ములో నొప్పిగా ఉంది.

వెలుగులతో కూడిన తామరపువ్వు లాంటి శక్తికి, శక్తి తరంగాల తో కూడిన రేఖలు వచ్చి చేరుతున్నాయి. అద్భుతం దానిని ఎలా వర్ణించాలో కూడా నాకు తెలేదు. దీనికి కారణం ఎపుడూ ఇలాటిది చూడకపోవడం ... ఇలాంటి అనుభవాల గురించి చర్చించకపోవడం మరియూ ఇలాంటి విషయాలు చర్చించే వాళ్ళు తటస్తించకపోవడం. కళ్ళు మూసినా తెరిచినా శక్తి తరంగాలు కనిపిస్తూనే ఉన్నాయి. ఈ రోజు కుడిరొమ్ములోని నొప్పి కుడి కాలర్ బోన్ &

కుడి మెడ మధ్యకు చేరింది. ఈ నొప్పి ఒక చోటి నుండి మరొక చోటికి ప్రయాణం చేస్తుంది. ధ్యానంలో తల భాగంపై active గా కదులుతున్నాయి పాములు.

ఒక friend call చేసి శివుని గుడి కట్టిస్తున్నాను అని చెప్పడంతో అతనితో శివుని గుడి ఎలా నిర్మించాలి, గోపురం ఎలా ఉండాలి, ఏ shapes లో గోపుర నిర్మాణం చేయవచ్చు, దాని ఎత్తు ఎలా పెంచుకుంటూ పోవాలి అన్నది చెప్పాను. ఫోన్ పెట్టేశాక తమాషాగా అనిపించింది. ఈ మాటలు అన్నీ నా నుండి టక్కున వస్తున్నాయి, ఏ ఆలోచనా లేకుండా. నాకు ఈ విషయాలు తెలుసు అన్న విషయం కూడా నాకు తెలీదు.

రాత్రి పడుకొనే ముందు శరీరంలో చాలా వింత వింత కొత్త అనుభవాలు జరుగుతున్నాయి. అన్నీ క్లియర్‌గా వర్ణించాలి అంటే చాలా ఉన్నాయని వర్ణించడం లేదు. But very interesting experiences.

రాత్రి ఒక ప్రదేశానికి వెళ్ళి నన్ను నేను చూడగలిగాను. అయితే ఈ శరీరంతో అక్కడకు వెళ్ళడం జరగలేదు కానీ, ఆ ప్రదేశాన్ని ఇంతకుముందు చూశాను. అది ఒక గురుకులం లాంటి ప్రదేశం, కానీ past కాకపోవచ్చు .. అలా అని future కూడా కాదు. మరొక లోకంలో ఉన్న నా ప్రతిభింబమా... అయి ఉండవచ్చు. అక్కడ gladiators లాంటి వాళ్ళు ఉన్నారు. వారిలో నేను ఒకరిని. మగ మనిషిని. Class జరుగుతుండగా నన్ను పిలిచారు, వెళ్ళాను. అక్కడ స్నానం చేయడానికి గదులున్నాయి. ఒక chamber లాంటి దానిలోకి వెళ్ళాను. అది ఒక వింత అయిన chamber. లోపలకు వెళ్ళాక ఆ గదిలోని నేల తేలుతూ ఉంది. అది ఒక పువ్వు రేఖ లాగ float అవుతూ నా మైండ్ ని బట్టి కదులుతుంది. ఆ chamber లో నా స్నానానికి కావలసిన నీళ్ళు వున్నాయి. ఆ floating అయ్యే రేఖ కింద రౌండ్‌గా ఒక చిన్న platform లాగా వుంది. దానిలో ఒక వ్యక్తి (cook) వున్నాడు. అతను నాకు తినదానికి కావలసినది వండి వడ్డించడానికి పురమాయించిన వ్యక్తి. కానీ ఆ వ్యక్తి నా వైపు కన్నెత్తి చూడడం అయినా చూడటంలేదు. పక్కన ఇడ్లీలు చేసి ఉండటం

చూశాను. అవి తిని స్నానం చేద్దామా అని ఆలోచిస్తున్నాను. ఇది అంతా చూస్తున్న నేను ఈ ప్రదేశాన్ని ఇంతకుముందు చూశాను. ఇంతకు ముందు నేను ఇక్కడికి వచ్చాను అనుకొంటూ ... ఎలా తెలుసు ఈ ప్రదేశం నాకు అనుకొంటూ లేచాను.

ఆ ప్రదేశం ఎలా వుంది అంటే .. అది ఒక honeycomb లాగా ఉంది. Honeycombలో chambers బయటకు ఉంటాయి. కాకపోతే ఇక్కడ చాంబర్లు లోపలకు వున్నాయి. క్రింద జరిగే ఆటలు అన్నీ నాలా ఒక్కొక్కళ్ళు ఒక్కొక్క చాంబర్లో కూర్చొని చూడటానికి అనువుగా ఉన్నాయి అవి. అది ఒక అరవిచ్చిన, విశాలంగా వికసించిన పువ్వు. దానిలో ఒక రేఖ మీద నేను ఉన్నాను.

ధ్యానంలో పైనుండి నన్ను నేను చూడగలుగుతున్నాను. నేను కళ్ళు మూసుకుని ధ్యానం చేస్తున్నా అస్పష్టంగా ముందు ఉన్నవి చూడగలుగుతున్నాను. పై నుండి నన్ను నేను చూసినపుడు నా ముక్కుపుడక కూడా మెరుస్తూ కనిపిస్తుంది.

అరికాళ్ళల్లో, అరిచేతుల్లో, చెవుల్లో, నుదిటిపై చక్రాలు తిరుగుతున్నాయి. అమ్మ రెక్కల క్రింద బద్రంగా ఉన్నాను. మాయ పొరలు తొలిగాక సృష్టి చాలా అందంగా, అద్భుతంగా కనిపిస్తుంది. ఈ సృష్టి, మాయ అని అందరూ అంటారు కానీ ఇది మాయ ఏ మాత్రం కాదు. ఇది అద్భుత, మహాద్భుత సృష్టి. వర్ణించడానికి కూడా మాటలు లేని, రాని అద్భుత సృష్టి. అది ఎంత చెప్పినా తక్కువే అవుతుంది. అది కేవలం అనుభవించి తెలుసుకోవలసిన విషయాలు.

ఒక క్లాసులో ఉన్నాను. కొన్ని ప్రశ్నలకు సమాధానాలు అక్కడ వున్నాయి. కానీ వాటికి సంబంధించిన ప్రశ్నలకు అవి మ్యాచ్ అవడం లేదు. రెండు చెవుల్లోనుండి తడిలా బయటకు వస్తుంది. తల, మాడు పై నుండి, చెవుల నుండి శక్తి శరీరంలోకి ప్రవేశించి అది క్రిందకు ప్రవహిస్తూ ఉంది. నిద్రలోనే అన్నీ తెలుస్తూ ఉన్నా చెవులలో వేలు పెడుతున్నా తడి తుడవడానికి, తల విదిలిస్తున్నా. అన్నీ తెలుస్తూనే ఉన్నా ... నిద్ర పోతూనే ఉన్న. నిన్నటి నుండి 6

కనిపిస్తుంది ఏదో జరగబోతోంది అని అర్థం అయ్యింది. చెప్పాగా సమాధానాలు దొరుకుతున్నాయి కానీ వాటికి సంబంధించిన ప్రశ్నలే తెలీడం లేదు. తెల్లవారాక కుటుంబంలో ఒక వ్యక్తి చనిపోయాడన్న విషయం విన్నాను.

ధ్యానంలో శక్తి వచ్చి నుదిటికి బలంగా తాకుతుంది. నుదిటి మీద, అరికాళ్ళల్లో, అరిచేతుల్లో చక్రాలు తిరుగుతూనేవున్నాయి. వున్నట్టుండి ఒక straw పెట్టి జుర్రుతున్నట్లు నా నుండి శక్తి అంతా బయటకు వెళుతున్నట్లు అనిపించింది. అనిపించడమే కాదు కంటికి కనిపిస్తుంది. నాలో straw పెట్టి పీలుస్తున్నట్లు శక్తిని ఎవరో లాగేస్తున్నారు. పైనుండి కొత్త శక్తి నాలో నింపుకొంటోంది. ఈ కొత్త శక్తి శరీరానికి చాలా హాయిగా, ప్రశాంతంగా, చాలా కొత్త స్పర్శలతో నిండివుంది. శరీరం అంతా ఈ కొత్త శక్తిని ఆస్వాదిస్తున్నట్లు నన్ను నేను మైమరచి ఆనందిస్తున్నాను. శక్తి పైనుండి క్రిందకు నింపుకొంటుంటే చాలా హాయిగా ఉంది. తలపై కదలికలు, నుదిటి పై చక్రాలు, చెవుల్లో గోష ... శరీరం కొత్త ఉత్తేజాన్ని నింపుకొంటోంది.

నాకు రాత్రి ఎవరితోనో సంభాషణ జరుగుతూ వుంది. చాలా ఆనందం అనుభవిస్తూ ఉన్నా. ఉన్నట్టుండి 333 కి కరెంట్ పొయ్యి వెంటనే రావడంతో మైక్రోవేవ్ బీప్ అయ్యింది Kevin లేచి microwave చూడటానికి kitchen లోకి వెళ్ళాడు. నేను లేచి alarm clock set చేసి పడుకున్నాను. ఆ తర్వాత అప్పటిదాకా అయిన అనుభవాలను ఎంత గుర్తుకు తెచ్చుకోవాలని ప్రయత్నించినా గుర్తుకు రాలేదు. అంత మంచి అనుభవాన్ని ఎలా మర్చిపోయానో కూడా అర్థం కాలేదు. ఇక లాభం లేదని మరలా నిద్రలోకి జారుకున్నాను.

చాలా వింత అనుభవాలు జరిగాయి. మూడు కాలాలకు సంబంధించిన మనుషులను చాసాను. అదీ ఈ ఇంటిలోనే, ఇప్పటి surroundings లోనే.

ధ్యానం చేస్తున్నా, లేకున్నా శక్తి వస్తూనే ఉంది. శక్తి కంటికి స్పష్టంగా కనిపిస్తుంది. మర్చిపోయా చెప్పడం .. నేను ధ్యానంలో ఉన్నప్పుడు కంటే

కళ్లుమూసుకుని వున్నప్పుడు కూడా .. కంటిలోని రక్త నాళాలు స్పష్టంగా కనిపిస్తున్నాయి. ఇలా గత రెండు నెలల నుంచి అనుకుంటా కనిపిస్తున్నది.

ప్రతి జీవి నా సంతానమే. ఏ బిడ్డ గురించీ ఆనందంగానీ, కోపం గానీ, బాధ కానీ, అసహ్యం కానీ లేదు. మాయ పొరలు తొలగక నిజం తెలుసుకోలేకపోతున్నారు, చూడలేకపోతున్నారు. వారి వారి కర్మలు పూర్తి అయినప్పుడు వారే తెలుసుకుంటారు. పసిబిడ్డలకు చెప్పినా అర్థం కాని రీతిలో వాళ్ళు ఎదిగేదాక వేచివుండడమే. ఎవరికి నిజం తెలుసుకోవాలని ఈ అమ్మను వెతుక్కుంటూ వస్తారో వారికి తప్పక నాకు తెలిసిన జ్ఞానాన్ని అందించడానికి ఎదురు చూస్తున్నాను.

ధ్యానంలో శక్తి వస్తూ ఉంది. ఏదో కొత్త అనుభూతి. అవును మొదటిసారి అమ్మ నా దగ్గరకు వచ్చినప్పుడు కూడా ఇలాంటి అనుభూతే కలిగింది. అమ్మ ఖచ్చితంగా ఇప్పుడు నా దగ్గరే ఉంది. శరీరం అంతా శక్తి నింపుకొని జిమ్ జిమ్ అంటోంది. కడుపులో ఏదో తిరిగినట్లు అనిపించింది. గుండెల్లో కూడా ఏదో తిరుగుతున్నట్టు ఉంది. కంటికి కనిపిస్తోంది, ఎలా తిరుగుతుందంటే ... అది ఒక twister లా ఉంది. Counter clockwise తిరుగుతూ పైకి లేస్తోంది.

అతుకున్న రెండు rubber bands ను విడతీస్తుంటే, అవి ఎలా సాగుతూ విడిపోతాయో అలాగే నా శరీరం నుండి ఏదో సాగుతూ పైకి వస్తోంది గాలిలా సుడులు తిరుగుతూ. అది మొఖం దగ్గరకు వచ్చేసరికి ... క్రింది దవడ దగ్గర బాగా పైకి సాగినట్లు అయ్యి తప్పున తెగి బయటకు వెళ్ళింది.

ఎంతో relief గా అనిపించి ప్రవాహం లాంటి కొత్త శక్తి వస్తుంటే ఎంజాయ్ చేస్తూ ఉన్నా.

ఎడమ పాదం toe మొదల్లో ఒకలాంటి sparkling శక్తి వచ్చి తగులుతుంది. దీపావళి సరసురాలు / కాకరపువొత్తులు మొదలు కాలుతూ ఎలా sparkles వస్తూ కాలుతూ ఉంటాయో అలా కొత్త శక్తి పాదపు వేళ్ళ మొదలునుండి శరీరంలోకి ప్రవేశిస్తుంది.

శరీరం అంతా ఒక బెండులా ఉంది. దిమ్ముగా, తేలికగా ఉంది కొత్త శక్తిని పుంజుకుంటూ ఉంది. నేను ధ్యానంలో ఉన్నా, లేకున్నా శక్తి వస్తూ ఉంది. కంటికి కూడా స్పష్టంగా కనిపిస్తోంది శక్తి. Vision shake & vibrate అవుతుంది ధ్యానంలో. ఎడమ చెవిలో ఒక లాంటి empty ఫీలింగ్. అది ఒక ఖాళీ స్వరంగ ద్వారంలా వుంది. రాత్రి తండ్రి కనిపించారు. నవ్వుతూ .. చిరుమందహాసంతో నిల్చొని కనిపించారు. వెనక అంతా తెల్లగా వుంది. అవి తెల్లని మబ్బులో లేక తెల్లని కొండలో. ధ్యానంలో కాంతివంతమైన violet రంగు కనిపిస్తుంది. అపుడపుడు గ్రీన్ రంగు వచ్చి ప్రేమగా పలకరించి వెళుతున్నట్లు అనిపించింది. అపారమైన శక్తి ప్రవాహం వస్తూనే ఉంది.

ఈ రోజు నా ఫ్రెండ్ భారతి కూతురు, రీతిక వస్తుంటే తనను pickup చేసుకుని దారిలో శివ విష్ణు temple కు వెళ్ళాము. అక్కడే నాకు, Kevin కు పెళ్ళి జరిగింది. స్టేజి మీద తండ్రి నటరాజ రూపంలో ఉన్నారు. ఆ తండ్రి సమక్షంలోనే నేను పెండ్లి చేసుకుంది. ఏదో తృప్తి. మనసు ఆహ్లాదంగా ఉంది.

రాత్రి అంతా నిద్ర లేదు. విపరీతంగా శక్తి వస్తుంది. ధ్యాన చూపు వైబ్రేట్ అవుతుంది. తల అంతా దిమ్ముగా ఉంది. కుడి పాదం వేళ్ళ మొదళ్లలో sparkling లాంటి శక్తి వచ్చి లోపలకు ప్రవహిస్తోంది. శరీరం అంతా జిమ్ జిమ్ అంటూ శక్తి ప్రవహిస్తూ ఉంది. కుడి చెవిలో కూడా ఒక లాంటి empty ఫీలింగ్, ఖాళీ స్వరంగ ద్వారంలా వుంది.

"నేను"...! తల్లిదండ్రులు తమ రూపాన్ని ఒక శరీరంలో పొందుపరచి నేను అన్న భావన కల్పించి తమ నిజస్వరూపాన్ని మరచిపోయి నేను అనే భ్రాంతిలో ఎన్నో అశాశ్వత అనుభవాలను, అనుభూతులను పొంది తను తాను ఎవరో తెలుసుకొని, తను ఎవరి ద్వారా నిర్మితమయిందో తెలుసుకొని ... అశాశ్వత అనుభూతుల నుండి బయటపడి శాశ్వతమైన ఒకే ఒక్క నేను, నేనుగా మిగిలిపోయాను. అనంతమయిన రూపాలతో .. అనంతమయిన నేను ఒక్క నేనుగా ప్రకాశిస్తున్నాను. నేనుగా ఉన్న నా ప్రతీ రూపానికీ ప్రాణం పోస్తున్నాను.

పొద్దున Ritu ను తీసుకొని బీచ్‌కి వెళ్ళాను. అలలు సౌత్ ఈస్ట్ కార్నర్ నుంచి వస్తున్నాయి. అలా అలలు ఒక ప్రక్కనుండి రావడం ఎప్పుడూ చూడలేదు. సమయం గడిచే కొద్దీ అలలు పెద్దవిఅవుతూ, దగ్గరకు వస్తున్నాయి. గాలి సౌత్ నుంచి నార్త్‌కు వీస్తుంది.

మధ్యాహ్నం నుండి శరీరం నుండి తెల్లని పొగ లాంటిది వస్తుంది. నేనూ, రీతు సినిమాకు వెళ్ళాము. సినిమా హాల్లో కూడా శరీరం నుండి పొగ వస్తూ ఉంది. ఇంటిలో పప్పు, అన్నం వండి వచ్చాను. ఆ వాసన ఇక్కడికి వస్తోంది. ఇంటికి, సినిమా హాల్ పెద్ద దూరం ఏమీ కాదు. మధ్యలో ఒక canal / కాలువ ఉంటుంది. కాకపోతే car లో రావడం వల్ల చుట్టూ తిరిగి వస్తాము. కానీ పప్పు, అన్నం వాసన ఇక్కడిదాకా ఖచ్చితంగా రాదు. కానీ కుక్కర్ పక్కనే నా ముక్కు ఉన్నంతగా వస్తోంది వాసన. శరీరంలో శక్తి ప్రవాహం ఉధృతంగా ఉంది. మత్తుగా ఉంది. ఇంటిలో ఉన్న Kevin ఇప్పుడు ఏమి చేస్తున్నాడో స్పష్టంగా తెలుస్తోంది. కెవిన్‌ను ఈ విషయం అడిగి తెలుసుకోవాలి నాకు కనిపించింది ఎంత వరకు నిజమో?

శరీరం అంతా ఏదో కొత్త శక్తితో నింపుకొని జిమ్ జిమ్ అంటూ కొత్తగా ఉంది. Kevin ను అడిగాను నిన్న నేను సినిమాలో ఉండగా నాకు కనిపించిన vision చెప్పి, నిజమేనా అని. నిజమే అన్నాడు.

నిన్నటి నుండి శక్తి వస్తూనే ఉంది. కుడికాలి మధ్యవేలు నుండి, అరచేయి నుండి, తల పై భాగం నుండి, నుదుటి నుండి. సమయం గడిచే కొద్దీ శక్తి ఎక్కువగా active గా వస్తూ వుంది. చెవులు రెండూ గుయ్యిన ... దిమ్ముగా ఉన్నాయి.

చాలా శక్తి వస్తూ ఉంది. తలలో శక్తి రూపంలో ఉన్న సన్నని పాములు పాకుతూ తిరుగుతూ ఉన్నాయి. అవి తల అంతా తిరుగుతూ నుదుటిమీదకు, జుట్టు కుదుళ్ళ దగ్గర శక్తితో కూడిన కదలికలతో తిరుగుతూ ఉన్నాయి. అర చేతుల్లో, అరి కాళ్ళల్లో శక్తి వస్తూ ఉంది. ఈ మధ్య 4, 5 రోజుల నుండి కళ్ళు బాగా

సద్రూశ్య

మందుతున్నాయి. మొన్న కళ్ళల్లో నుండి పొగలు వస్తున్నట్లు కూడా కనిపించింది. గాలి తరంగాలు కనిపిస్తూనే ఉన్నాయి. చాలా మత్తుగా ఉంది. చెవుల్లో ఘోష కూడా ఎక్కువయింది. నుదుటి మీద శక్తి తరంగాలు చాలా ఉద్ధృతంగా ఉన్నాయి. తలలో కూడా చాలా యాక్టివ్‌గా తిరుగుతున్నాయి.

జయశ్రీ ఇంటికి వెళ్ళి వచ్చాను. నిన్నటి నుండీ తల పై అంతా చాలా active గా ఉంది. ఈ రోజు ఎడమ చెవి నుండి నోటిదాకా ఏదో passage open అయినట్టు అనిపించింది.

సాయంత్రం తలపై ఎడమ భాగం ఏదో energy wave లా కదులుతూ రావడం కనిపించింది.

చాలా శక్తి వస్తూ ఉంది. శరీరం నుండి తెల్లని పొగలు కూడా వస్తున్నాయి. తలపై శక్తి వింతగా కదులుతుంది. తల పై భాగం అంతా అలలు అలలుగా కదులుతుంది. ఈ అలలు మాడు వెనక నుంచి ముందుకు ప్రయాణిస్తున్నాయి. కదలికలు శక్తివంతంగా .. ఉద్ధృతంగా ఉన్నాయి.

ధ్యానంలో అపారమయిన శక్తి వస్తోంది. నుదుటి నుండి పైకి ఒక టన్నెల్ ఏర్పడింది. తల పై వస్తున్న అలలు ఆ tunnel / వేరు ద్వారా పైకి వెళ్తున్నాయి. అది ఎలా ఉన్నదంటే .. వాన పాము పాకేటప్పుడు దాని శరీరం లోపలి భాగాలను కదుపుతూ తనను తాను ముందుకు నెడుతుంది కదా, అలా వెళుతున్నాయి నా నుండి ఆ టన్నెల్‌లోకి.

నా అనే ఉనికి కూడా మర్చిపోయినట్లు వుంది నా శరీరం. మనం ఏమన్నా తాగుతుంటే గొంతులో కదలికలు ఎలా ఉంటాయో, ఆ కదలికలే కనిపిస్తున్నాయి ఆ tunnel లో. చెవులంతా దిమ్ముగా, ఖాళీగా ఉన్నాయి. పై నుండి చిక్కటి ద్రవం ప్రవాహంలా వచ్చి నింపుకొంటోంది నా శరీరంలో. అది సోమరసం లా ఉంది. అది ఎంతో చిక్కగా తేనెలా ఉంది. అంత చిక్కగా ఉన్నా అల్లంత పై నుండి రావడంతో దాని ప్రవాహం ఎంతో ఉద్ధృతంగా ఉంది.

ముఖం మందుతున్నట్లుగా ఉంది. అలా అని బాధ కానీ, నొప్పి కానీ లేదు. కానీ భగ భగ మందుతున్నట్లు ఉంది.

"సోమరసం"! ఆ వేరునుండి వస్తున్న వెచ్చని సోమరసంతో నా శరీరం అంతా పూర్తిగా నిండిపోయింది. చిటికెలో సునాయాసంగా ఆ వేరులాంటి tunnel నుండి ప్రయాణించి ఒక మహావృక్షం పైనుండి బయటకు వచ్చాను. విశ్వం అంతా విస్తరించి ఉన్న ఆ మహావృక్షం ఒక పెద్ద అరవిచ్చిన పచ్చని పువ్వులా వుంది. ఈ ఆకులు అచ్చు నేను రోజూ చూస్తున్న సూర్యుని పూరెక్కల్లానే ఉన్నాయి. అవి కాంతులతో, energy తో కూడిన పూరేఖలయితే ఇవి నిర్మలమయిన, ప్రశాంతతను వెదజల్లుతున్న పచ్చని ఆకులతో కూడిన పూరేఖలు.

ఆ మహావృక్షపు మొదలును చేరుకున్నాను. అక్కడ ఒక నవయవ్వన యుక్త వయసులో వున్న యువకుడు కూర్చుని ఉన్నాడు. ఆ యువకుడు చాలా అందంగా రింగుల జుట్టుతో ఉన్నాడు. అతని అలంకరణ కూడా చాలా ఆకర్షణీయంగా ఉంది. అతన్ని చూస్తే అమ్మలా + నాన్నలా, ఇద్దరినీ పోలి ఉన్నాడు. వారిద్దరూ కలిసిన ఒక్క రూపమే ఈ యువకుడు అని అర్ధమయ్యింది. అతనికి ఎదురుగా తెల్లని కొప్పులతో, కొంతమంది అతని వైపు తిరిగి కూర్చుని ఉన్నారు. నా దృష్టి మాత్రం ఆ యువకుని పైనే ఉంది.

అతను చాలా ఆకర్షణీయంగా కాంతితో కూడిన అందంతో, ఎంతో ప్రశాంత వదనంతో, అప్పుడే ఆ వృక్షం పైనుండి వచ్చిన నన్ను చూసి చిరుమందహాయసం చేశారు. ఆ నవయువకుని చిరునవ్వు చూసిన వెంటనే ఒక్కసారిగా నేనేంటో, నేను చేసిన ఈ ప్రయాణం ఏంటో అంతా అర్ధం అయ్యి కృతజ్ఞతగా అతని వైపు చూశాను. మూగబోయినదానిలా అలా ప్రశాంతంగా ఉండిపోయాను. మనసు తృప్తితో నిండిపోయింది.

ప్రాణంతో ఉన్న ప్రతి మనిషి చేయవలసిన ప్రయాణం, చేరుకోవలసిన గమ్యం ఇదే. కానీ ఎవరి ప్రయాణం ఎక్కడ ఆగుతుంది అన్నది, వారి వారి కర్మానుసారాన్ని బట్టి ఉంటుంది.

వంశవృక్షం!! సరి అయిన జ్ఞానం లేక వంశవృక్షం అంటే శరీర / రక్త సంబంధాల గురించి తెలుసుకోవడానికి ప్రయత్నిస్తాం. నిజానికి దీనిలో చాలా అమూల్యమయిన జ్ఞానం దాగి ఉంది. ఈ వంశవృక్షం అర్థమయిందంటే, అంతరిక్షంలోని సూర్య మండలం గురించి తెలిసినట్లే.

ఇంతకుముందు (ఒక సంవత్సరం పైన) ఈ విషయం ఒక సారి ప్రస్తావించినట్లు గుర్తు, నేను ధ్యానం ప్రారంభించిన రెండవ రోజే. మనకు నుదిటి నుండి ట్యూబ్ / tunnel / వేరు లాంటిది ఒకటి ఉంది అని. దాని ద్వార ప్రయాణించడం ద్వారా మన పూర్వ జన్మలను తెలుసుకోగలుగు తున్నాము. అదే విధంగా ధ్యానంలో మన ముందు ఒక టన్నెల్ (అంతరిక్షంలో ఈ tunnel blackholes గా ఉంటాయి) కూడా ఓపెన్ అవుతుంది. దాని ద్వారా ప్రయాణించడం ద్వారా ఇతర లోకాలకూ వెళ్లడమే కాకుండా బాహ్య ప్రపంచాన్ని అంతటినీ తెలుసుకోగలుగుతాము.

ఇది మీకు స్పష్టంగా అర్థం కావాలంటే + ఇక ముందు నేను చెప్పేది మీకు అర్థం కావాలన్నా నేను మీకు దీని గురించి మరికాస్త చెప్పే సమయం వచ్చింది. ఈ శరీరాన్ని కన్న తల్లి కడుపులో మనం ఎలా పేగుకు attach అయ్యి కడుపులో పెరిగి ఎలా బయటకు వస్తున్నామో, అచ్చు అలాగే మనం మన ఆదికి ఎప్పుడూ attach అయ్యే ఉంటాము. కాకపోతే ఇది మీ కంటికి కనిపించని అతి ముఖ్యమయిన సృష్టి రహస్యం # 1.

ఈ మెయిన్ రూట్ని అంటే తల్లివేరుని చేరుకోగలిగితే అంత పెద్ద వృక్షం ఎలా చాలా కొమ్మలతో, ఆకులతో, వేళ్ళతో విస్తరించుకొని వుండో చిన్ని / బుల్లి వేరు రూపంలో ఉన్న మనం ఆ పెద్ద వృక్షం తో విలీనం అయ్యి అంతటా విస్తరించుకుంటాము.

మన రూపం చిన్నదే అయినా పెద్ద వృక్షంలో విలీనం అవడంతో "నా" అనే నామ రూపాలు పోయ్యి వృక్షమే తనుగా ప్రకాశిస్తాము. ఇది ఎలా సాధ్యమో తెలియాలంటే, let's go back to my story.

శక్తి వస్తూ వుంది. కుడి పాదంలో ఈమధ్య ఒక్కొక్క point లో నుండి తమాషాగా లోపలకు ప్రవేశిస్తుంది శక్తి. రెండు రోజులనుండి, నెల తరువాత ఇండియాలో జరగబోయే అనుభవాలు కనిపిస్తున్నాయి & తెలుస్తున్నాయి. నేను ఎంత ఓర్పుగా ఉండాలో తండ్రి నాకు తెలియజేస్తున్నారు. పెద్దమ్మ కూతురి కొడుకు పెళ్ళికి ఇండియా వెళుతున్నా త్వరలో.

ఈ రోజు ఇండియాలో నా పెద్దక్క చేయబోతున్న పనులుచూసాను. నాలో శాంతం మరింత పెంచుతున్నారు తండ్రి. తండ్రి ఇప్పటి నుండే నన్ను pre-pare చేస్తున్నట్లు తెలుస్తోంది. అయినా వీళ్ళందరూ ఎవరు? నా పిల్లలేగా. తెలియక చేస్తున్న పిల్లల అల్లరికి కోప్పడటం, వారిని అసహ్యించుకోవడం ఎంతవరకు సబబు. ముఖం ఇంకా భగ భగ మండుతూనే ఉంది.

ధ్యానంలో ఈమధ్య Violet light కనిపిస్తుంది. కళ్ళు తెరిచిచూశాను. ఒక మేఘం కనిపించింది. ఇది మాయం అవ్వచ్చు కదా అనిపించింది. ఆ మేఘం ఉన్నట్టుండి పలుచబడి మాయమయిపోయింది. దాని చుట్టుపక్కలవున్న మేఘాలు మామూలుగానే వున్నాయి. వచ్చే ఆలోచనలను అదుపులో పెట్టుకోవాలని, అనవసర ఆలోచన చేయకూడదని అర్థం అయ్యింది.

చాలా ప్రశాంతమయిన శక్తి వస్తూ ఉంది. Violet light కనిపిస్తుంది ధ్యానంలో. కాంతివంతమయిన శక్తి వస్తుంది.

నా అనుకున్న వాళ్ళనందరినీ ఒక పడవ ఎక్కించి పంపించాను. ఇంతలో ఎవరో వచ్చి అక్కడ ప్రమాదం సంభవించబోతోంది అని చెప్పినప్పుడు వాళ్ళకు ఏమీ జరగకూడదని ఏదో చిన్న వస్తువును నీళ్ళల్లో వదిలాను. ఎవరో వచ్చి చెప్పారు వాళ్ళు అందరూ వెళ్ళిపోయారని. ఇకనేను అక్కడ చేసేది ఏమీ లేదని నా ప్రయాణం సాగించాను.

నా అనుభవాలకు అర్థం స్పష్టంగా అర్థం అవుతున్నా, చూసింది, జరిగింది... జరిగినట్లు మాత్రమే రాస్తున్నాను. నేను ఏమి చెబుతున్నానో కేవలం చాలా కొంతమందికి మాత్రమే అర్థం అవుతుందని నాకు తెలుసు. కాని దీనిని విశదీకరించి నేను చెప్పదల్చుకోవడం లేదు.

  సదృశ్య

అర్ధరాత్రి ఎప్పటిలా శక్తి వస్తూనే ఉంది. తండ్రిని స్మరించుకుంటూ ఎప్పటిలా నిద్రలోకి జారుకున్నాను.

అక్కడ కొంతమందిమి ఉన్నాము. మా నాలుకలకు అయిదు పిన్నీసులు గుచ్చి పిన్ చేయబడి ఉన్నాయి. అయితే మేము చాలా కష్టమయిన ప్రయాణం చేయవలసివుంది. మెట్లు ఎక్కుతూ, మా కోసం ఏర్పరిచిన తలుపుల గుండా లోపలకు ప్రవేశిస్తున్నాము. ప్రతి తలుపు వెనకా కష్టమయిన మెట్లు ఉన్నాయి. మొదట నేను చాలా ముందుకు వెళ్ళిపోయాను. అక్కడ ఉన్న తలుపుని కనుక్కోవడం చాలా కష్టం. నేను వెళ్ళిపోతే నా వెనక వచ్చేవాళ్ళు తెలుసుకోవడం కష్టం అని వాళ్ళ కోసం ఆగాను.

అక్కడినుండి ప్రయాణం ఇంకా కష్టతరము అవ్వడంతో వారిని నాతో తీసుకుపోయాను. చివరకు చేరుకోవలసిన గుడికి చేరుకున్నాము. నాతో వచ్చిన వాళ్ళును నాకంటే ముందుగా లోపలకు పంపించాను. చివరిగా నేను లోపలకు ప్రవేశించాను. అక్కడ ఒక మగ మనిషి కూర్చుని ఉన్నాడు. నాతో తెచ్చిన నా నాలుకకు గుచ్చుబడిన పిన్నీసులను తీసి ఆయన ముందు పెట్టాను. అతను ఒక పుస్తకం తెరిచి చూసి నేను ఈ పరీక్షలో ప్రథమ ఉత్తీర్ణత పొందినట్లు చెప్పి మందహాసం చేశారు. నా బహుమతిని collect చేసుకోవడానికి గాను ఒక క్యాలెండర్ లాంటి coupon ను కూడా ఇచ్చి ఇక నేను లోపలకు ప్రవేశించవచ్చు అని చెప్పారు.

అయితే ఆయన ఎదురుగా ఉన్న టేబుల్ పై మరికొన్ని పిన్నీసులు, పక్కన బుట్టలో ఇంకొన్ని పిన్నీసులు ఉండడం చూశాను. ఆయనకు ఆ పిన్నీసులతో పనిలేదని, అంత బాధను భరించి తనను సురక్షితంగా చేరుకోగలుగుతున్నామా లేదా అనేదే అక్కడ చూస్తున్నారని అర్థం అయ్యింది. నా ఈ ప్రయాణానికి గుర్తుగా నేను తెచ్చిన పిన్నీసులను తీసుకోవచ్చా అని అడిగాను. తీసుకోవచ్చు అని చిరుమందహాసం చేసి తీసుకోమన్నట్లుగా పుస్తకం జరిపారు. అయితే నేను తెచ్చిన అయిదు పిన్నీసులలో ఒక పిన్నీసు మారిపోయింది. అది తెల్లని తెలుపు రంగులో పువ్వుగా మారిపోయింది. అది ఇప్పుడు పిన్నీసు కాదు. కేవలం తెల్లని

పువ్వు మాత్రమే. నేను అతని వైపు చూస్తే అతనూ నా వైపు అదే ప్రశాంతతతో చూస్తున్నాడు. సరే వాటిని తీసుకుని లోపలకు ప్రవేశించాను.

Almost తెల్లవారుజామున ముక్కు వెనుక .. తల లోపలిభాగం కచ్చితంగా ఇది అని చెప్పలేని, కంటికి & బయటకు కనిపించని భాగం ఎడమ నుండి కుడిని కలుపుతూ & కుడి నుండి ఎడమను కలుపుతూ ఇజ్.. జ్.. జ్.. జ అంటూ తరంగాలు వస్తూ శబ్దం చేసూ vibrate అవుతుంది తలలో... లోలోపల.. ఎక్కడో. అపుడు కుడివైపుకు తిరిగి పడుకొని ఉన్నాను.

ఎడమకు తిరిగి పడుకొన్నా, ఏదో టప్ న శబ్దం అయింది తలలో. ఇక తెల్లవార వస్తుందడంతో నిద్ర పట్టక కెవిన్ ఎప్పుడు నిద్ర లేస్తాడా అని ఎదురుచూస్తూ రాత్రి జరిగిన అనుభవాలను నేమరు వేసుకొంటూ ఉన్నా (నేను లేస్తే Kevin నిద్ర పాడుచేసిన దానిని అవుతానని అలానే పడుకొని ఉంటా తను లేచేదాకా).

లేచి స్నానం చేసి తండ్రి అభిషేకానికి పాలు, గంధం నీరు రెడీ చేసుకొని, అభిషేకానికని కొబ్బరినీటి కోసం టెంకాయను కొట్టాను. దానిలో బుల్లి పువ్వ వుంది. ఈ మూడింటితో తల్లితండ్రులకు అభిషేకం చేసి ఎప్పుడూ లేంది మూడు వత్తులతో దీపం పెట్టాను.

ధ్యానంలో ఎందుకలా పిన్నీసులతో నాలుక ఎర్రగా వాచిపోతున్నా, బాధ పడుతూ అంత కష్టమూ అనుభవిస్తూ ఎందుకు అంత సుదూర ప్రయాణం చేయవలసి వచ్చింది అని ఆలోచన వచ్చింది మళ్ళా. ఒక్కసారిగా అనుమానాలు అన్నీ తీరి సమాధానాలు దొరికాయి. తృప్తిగా అనిపించి తండ్రికి నమస్కరించాను. ఈ విషయం మీకు చివరలో clarity ఇస్తానులే.

నేను పెద్దక్క ఎక్కడికో ప్రయాణం అయ్యి దూరంగా వెకుతున్నాము. అమ్మ పోయిందని తెలిసింది. అయితే అక్కడ ఉన్న వాళ్ళంతా ఏమీ చేయలేకపోయారు అమ్మ విషయంలో. పెద్దనయ్య విజయవదినే అన్ని కార్యక్రమాలు పూర్తి చేశారు. ఈ విషయం ఆలస్యంగా తెలుసుకొన్న నేను ఎంతో బాధ పడ్డాను. విజయవదినను చూడంగనే చాలా బాధ అనిపించి తనను పట్టుకొని ఏడ్చేసాను.

తెల్లారి లేచాక కళ్ళు కూడా ఉబ్బి ఉన్నాయి. ఇది అమ్మ పోయినపుడు జరిగిన సంఘటన, రాత్రి మరలా అనుభవించాను. (నిజానికి జరిగిన విషయంలో తాత్పర్యం ఇదే అయినా, నా ఆత్మ అనుభవం మాత్రమే రాస్తున్నా ఇక్కడ).

తల్లితండ్రులకు అభిషేకానికిగాను పాలు, గంధంనీరు, కొబ్బరినీరు రెడీ చేస్తుంటే మళ్ళా కొబ్బరికాయలో పువ్వ వచ్చింది. ఈరోజు ఒక్క పువ్వే కాదు దానిలో తెల్లని నెయ్యి కూడా ఉంది. అలా పువ్వు, తియ్యటి నీళ్ళు, కొబ్బరి, నెయ్యి చూడటం అదే మొదటిసారి. చాలా ఆనందంతో అభిషేకం చేసి ధ్యానంలో కూర్చున్నా.

ఈ శరీరానికి సంబంధించి ఉన్న నా అనే వాళ్ళందరికీ దూరం అయ్యాను. కానీ వారి అందరి జ్ఞాపకాలు నన్ను ఇంకా వెంటాడుతూనే ఉన్నాయి. ఆ పాత జ్ఞాపకాలను తుడిచి కొత్త జ్ఞాపకాలు నింపుకోవాలని ఉంది. మీతో అనుభందం పెంచుకోవాలని ఉంది. అమ్మతో కబుర్లు చెప్పుకోవాలని ఉంది, గణేషన్ని ముద్దాడాలని ఉంది, సుబ్రమణ్యంతో ఆడుకోవాలని ఉంది. నందితో మీకున్న అనుభవాలను అడిగి తెలుసుకోవాలని ఉంది. మీరు చెప్పే కథలు వినాలని ఉంది.

నేను ఎంతో ప్రశాంతంగా ఈ కొత్త అనుభవాలు కావాలని అడుగుతున్నా .. శక్తి కూడా అంతే ప్రశాంతంగా వస్తూ ఉంది. తల పై మధ్య భాగంలో శక్తి తిరుగుతూవుంది. ఉన్నట్లుంది నా కుడి కంటినుండి నీరు కారుతుండడంతో కళ్ళు తెరిచా.

కొంతమంది వ్యక్తులతో కొత్త ప్రదేశానికి వెళ్ళాను. అక్కడ ఎక్కువ మంది కొత్తవారే. నేను టాయిలెట్ ఉపయోగించడానికి ఎక్కడకు వెళ్ళాలా అని వెతుకుతున్నాను. Toilets ఉండే చోటు దొరికింది. అయితే మగవాళ్ళది, ఆడవారిది ప్రక్క ప్రక్కనే ఉన్నాయి. ఒక ప్రక్కనుండి లోపలకు వెళ్ళాను. నాతో ఒక తెల్ల వస్త్రం లాంటిది లోపలకు తీసుకువెళ్ళా. అయితే ఇది కైలాష్ యాత్రలో జరిగిన సంఘటన. (ఈ అనుభవం మీకు చెప్పనవసరం లేదు, కానీ

ఇది మీకు తెలియజేయడానికి కారణం శరీర ప్రయాణానికి, ఆత్మ ప్రయాణానికి ఉన్న వ్యతాసం తెలియజేయడానికి మాత్రమే)

కళ్ళ ద్వారా శక్తి లోపలకు ప్రవేసిస్తుండడంతో కళ్ళు బాగా మండుతున్నాయి రోజూ.

ఒకసారి ధ్యానంలో ఒక చిన్న అమ్మాయిని చూసాను. అపుడు ఆ అమ్మాయి నన్ను చూసి భయపడుతూ ఉంటే, భయపడవద్దు అని ఇంకొంచెం దగ్గరకు వెళ్ళబోయాను. ఆ పాప ఇంకా భయంతో వెనకడుగు వేసి గోడకు అతుక్కొని భయంతో ఉంటే .. ఇంకా ఎక్కువ అక్కడ ఉండలేక వెనకకు వచ్చేశాను. ఈ అనుభవం 24/3/13 తేదీన నా మొదటి పుస్తకంలో కూడా రాశాను.

ఆ అమ్మాయిని నేనే. చిన్నప్పటి నన్ను, నేను చూసి వచ్చాను. వింత ఏమిటంటే అది తెలిసి చేసిన ప్రయాణం. ఇంకొక వింత ఏమిటంటే ఆ చిన్నతనంలో జరిగిన సంఘటన ఇంకా నాకు గుర్తు ఉండటం. నేను అప్పట్లో ఎవ్వరిని చూడలేదు కానీ, నాకు కొంత దూరంలో గాలిలో blue, purple, indigo లతో కూడిన రంగుల వలయం ఏర్పడింది. అది కొంత సేపు అలా ఉండి, మాయం అయ్యింది. ఆ సంఘటన ఇప్పటికీ నేను మర్చిపోలేదు. అవి పెద్దమ్మ కూతురు నన్ను దేవుని గదిలో బంధించే రోజులు. అప్పట్లో భయపడ్డా, తను నాకు ఎంతో సహాయం చేసింది. ఇది జరిగిన తరువాతి రోజు చందమామ (kids comic book) లోని ఒక కథ చదివి దాని మూలాన భయంపోయి, ధైర్యంగా ఉండటం నేర్చుకోగలిగాను.

అయితే ఈ సంఘటనలో అద్భుతమైన విషయం ఏమిటంటే... నేను ఎప్పటిలా జీవాత్మ బయటకు వచ్చి ప్రయాణం చేయలేదు. నాలోకి నేను వెళ్ళాను.

ఇది ఎలా సాధ్యం ... ?

నా ఇప్పటి నేను చిన్నప్పటి నేనును చూడగలిగాను. అంటే ఈ జన్మలోనే ధ్యానంలో past కు ప్రయాణించి నా చినతనంలోని నన్ను కలిసి నాకు

ధైర్యం చెప్పడానికి ప్రయత్నించాను. అప్పుడు నా వయసు బహుశా 4 or 5 years ఉంటుంది. నా future లోని 44 సంవస్సరముల నేను నా 4 సంవత్సరాల నన్ను కలిశాను.

ఇప్పుడు మీకు అర్థం అయ్యి ఉండాలి. Time అన్నది కేవలం ఈ భూమి మీద జన్మ తీసుకున్న ప్రాణులకు మాత్రమే అని.

మనము అప్పుడప్పుడూ అనుభవించే "deja vu" కూడా ఇటువంటిదే. Deja vu అంటే, ఏమిటంటే... ధ్యానానికి నిద్రకి తేడా తెలిస్తే ఇది మీకు easy గా అర్థం అవుతుంది.

రెండింటిలోనూ కదలకుండా కూర్చోవడం వలన energy ని gain చేస్తాము.

కాకపోతే ధ్యానం మెలకువగా ఉండి చేస్తాము కాబట్టి జీవాత్మ చేసే ప్రయాణం మన మెదడుకు clarity గా తెలుస్తుంది. శరీరం గాఢనిద్రలో ఉన్నప్పుడు జీవాత్మ చేసే ప్రయాణం తెల్లవారేసరికి మర్చిపోతాము. కానీ నిద్రలో నీ జీవాత్మ ప్రయాణించి future లో జరగబోయేది ఏదయితే చూసి వచ్చిందో మరలా ఆ కార్యం జరుగుతున్నప్పుడు ఇలాగే ఇంతకు ముందు జరిగినట్లు జ్ఞప్తికి వస్తుంది.

నిజానికి మనము శరీరంతో ఆ ప్రదేశానికి ఇంతకు ముందు ఎప్పుడూ వెళ్ళి కూడా ఉండము. కానీ ఆ surroundings & ఆ సంభాషణలో పాల్గొన్న వ్యక్తులు, మాట్లాడే మాటలు అన్నీ మనకు ముందుగా తెలుస్తానే ఉంటాయి. ఇలాగే ఇంతకు ముంది జరిగింది. నేను ఇక్కడికి ఎప్పుడూ రాలేదు. కానీ ఇవన్నీ నేను ఇంతకుముందే చూశాను, ఈ పని ఇంతకు ముందే అచ్చు ఇలాగే చేశాను అని అనిపిస్తుంది.

నా చిన్నతనం నుండీ ఈ అనుభవాలు నాకు ఎక్కువగా జరుగుతూ ఉండేవి.

అందుకే నాకు ఏమి జరుగుతుందో అర్థం కాక ఎక్కువగా మౌనంగా ఉండి అన్నింటినీ గమనిస్తూ అర్థం చేసుకోవడానికి ప్రయత్నిస్తూ వుండేదాన్ని.

చిన్నతనంలో నా ముందు open అయిన tunnel గురించి + tunnels ఎన్ని రకాలో చెబుతూ తరువాత ఈ విషయం ఇంకా క్లారిటీగా explain చేస్తా. ఇపుడు deviate అయ్యి దీని గురించి చెప్పేకంటే.

శరీరంలో కూడా చాలా కొత్త కొత్త మార్పులు వస్తున్నాయి. అన్నీ రాయాలంటే చాలా రాయాలి. అందుకే ఏమీ రాయడం లేదు. ధ్యానంలో మాత్రం చాలా bright కాంతితో violet మాత్రమే కనిపిస్తుంది. అపుడపుడు కాంతివంతమయిన Indigo. ప్రస్తుతం ఈ రెండు రంగులే కనిపిస్తున్నాయి. కళ్ళల్లో చాలా మార్పులు వస్తున్నాయి. తలపై ఇంకా తిరుగుతుంది. అపుడపుడు అది మాడుపై ఉన్న skin ను చీల్చుకొని బైటకు వస్తున్నట్లు అనిపిస్తుంది. తలపై skin ఓపెన్ అయ్యి బ్లడ్ కూడా వస్తుంది.

ప్రతీ రాత్రి ఏదో ఒక experience అవుతూనే వుంది. వాటి గురించి క్లియర్‌గా రాయనులే. ఎందుకంటే అవి already జరిగినవి or జరుగుతున్నవి కాకపోతే కొంచెం చిన్న చిన్న మార్పులతో మరలా జరుగుతున్నాయి. కొంచెం ఆశ్చర్యం గా వున్నా I let it go, not to think too much about it.

నేను ఇప్పటిదాకా చేసిన ప్రయాణం నెమరు వేసుకుని అర్థం చేసుకోవడానికి మరలా తిరిగి నన్ను నేను గుర్తించడానికి ఇంత సమయం పట్టింది. నేను చేయవలసిన పనిని మాత్రం ఎప్పుడూ నేను మర్చిపోలేదు.

ఈ కాలంలోని గురువులు, స్వార్థంతోనో, నిస్వార్థం తోనో, వారు చెప్పే కథలు వింటేనే, పూజలు చేస్తేనే, హోమాలలోపాలు పంచుకుంటేనో మోక్షం వస్తుంది అని, విరాళాలు, డొనేషన్స్ అడగడం పరిపాటి అయింది.

నేను ఇది ఎవరు అన్నది చెప్పను కానీ, ఒక గురు స్థానంలో ఉన్న వ్యక్తి మా బంధువుకి చెప్పాడు. తన భర్త చనిపోయినప్పుడు తన దగ్గర నుండి కొన్ని

లక్షలు తీసుకుని, తన పోయిన భర్తకు మోక్షం ఇప్పించాను అని. దానిని పరంపద అంటారంట. ఆమె భర్త ఇప్పుడు దేవుని దగ్గర ఉండటం ఈ గురువు చూసాడంట. ఇది ఎంత మోసం. ఇది నమ్మే వాళ్ళు ఎంత అమాయకులు? దయచేసి ఇలాటివి నమ్మకండి. నిజం తెలిసిన ఏ వ్యక్తి, ఇలా మాట్లాడడు. ఇవి స్వార్ధపు మాటలు. ఏ ప్రాణీ ఇంకో ప్రాణికి మోక్షం ప్రసాదించలేరు, ఒక్క తన శరీరానికి జన్మనిచ్చిన తల్లిదండ్రులకు తప్ప. అది కూడా తాను ముందుగా ధ్యాన మార్గంలో పరిపూర్ణత్వాన్ని పొందినవారైతే తప్ప సాధ్యపడదు. అలా పొందినవారు ఇలాంటి బూటకపు మాటలు మాట్లాడరు.

ఎవరి ప్రయాణం వారిదే. ఇలా చెప్పే స్థితిలో ఆ గురువు ఉన్నాడూ అంటే (ఫైగా డబ్బు తీసుకొని) తను సంపూర్తిగా మోసగాడు మాత్రమే. దీనిలో ఏ మాత్రం సందేహం లేదు.

మోక్షం అనేది ఒకరు ఇస్తే వచ్చేది కాదు. డబ్బు ఇచ్చి కొనేది అంతకన్నా కాదు. అసలు తన జ్ఞానాన్ని డబ్బు పెట్టి అమ్ముతున్నాడు అంటే అతను గురువే కాదు. జ్ఞానాన్ని పంచుకోవాలి, అమ్ముకోకూడదు.

నా గురువుగారు నాకు మంత్రం ఇచ్చేటపుడు జపం ఎలా చేయాలో, మాల ఎలా పట్టుకోవాలో చెప్పారు. చూపుడు వేలు మనలను అంటే నన్ను represent చేస్తుందనీ, అందుకే దానిని మాలకు అంటకుండా దూరంగా ఎలా ఉంచాలో, బొటన వేలితో మాలను, అంటే దానికి ఉన్న beads/రుద్రాక్షలను ఎలా మనవైపుడు తిప్పుకోవాలో చాలా క్లియర్ గా, ఒక రౌండ్ పూర్తి అయ్యాక మాలను ఎలా తిప్పాలో చూపి నేర్పించారు. నా చేత కూడా చేయించారు. ఆ రుద్రాక్ష మాలను నాకు బహుమతిగా ఇచ్చారు. దానితోపాటు కొన్ని పుస్తకాలు కూడా ఇచ్చి పంపారు. నా నుంచి డబ్బు ఏమీ తీసుకోలేదు.

మంచి చెడులకు వచ్చే ఫలితం ఎలా ఉంటుందో నా భాషలో చెబుతాను. మనకు మంచి చేసిన వారికంటే, చెడు చేసిన వారే ఎక్కువగా గుర్తుకు ఉంటారు. కారణం అది మన మనసును భాదిస్తుంది కాబట్టి పదే పదే తల్చుకుని ఎక్కువగా గుర్తు పెట్టుకొంటామేమో. అందుకేమంచి చేసిన వారికి

త్వరగా వారు చేసిన దానికి ఫలితం లభిస్తుంది. అలాగే మనకు చెడు చేసిన వారిని కూడా మనం త్వరగా మర్చిపోగలిగితే దానికి తగిన ఫలితం కూడా వారు అంత త్వరగా అనుభవించడానికి అవకాశం ఉంటుంది. వారు ఆ కర్మను అనుభవించడం ద్వారా త్వరగా దాని నుండి విముక్తులవుతారు. ఇది ఒక రకంగా మీరు వారికి చేసే సహాయం కూడా. వారు ఇంకొక నికృష్టజన్మ తీసుకుని అనుభవించే కంటే, ఈ జన్మలోనే వారు ఆ శిక్షాఫలాన్ని అనుభవించి, ఆ కర్మ నుండి బయట పడటానికి అవకాశం ఇచ్చిన వారవుతారు.

So, మంచి చేసిన వారిని ప్రేమగా ఎలా మర్చిపోతున్నామో, చెడు చేసిన వారిని కూడా అంతే ప్రేమగా క్షమించి వదిలేయండి. ఆ చెడు కూడా మన మంచికే జరిగిందని తెలుసుకోండి. నిజానికి వీరివల్లే మనకు ఎక్కువ మంచి జరుగుతుంది. అది వారికి కూడా తెలియని నిజం. ఇలా చెప్పుకుపోతే చాలా కర్మల గురించి చెప్పగలను. కానీ అన్నింటిలోకీ ఇది అతి ముఖ్యమైన కర్మ. అందుకే దీనిని పదే పదే చెబుతున్నాను. అన్ని కర్మలనూ ఈ జన్మలోనే అనుభవించేసి బ్యాలెన్స్ '0' చేసుకోండి.

2004 లో కెవిన్‌కు ఇండియా చూపిద్దాం అని, భారతదేశం అంతా తిరుగుతూ తమిళనాడు వెళ్ళాము. అక్కడ కామాక్షమ్మ temple కు వెళ్ళినపుడు Kevin ను లోపలకు రానివ్వలేదు. అతను అమెరికన్ అని. ఎందుకంటే, వాళ్ళు beef తింటారు, అందుకని వాళ్ళను మన హిందూ temples లో అనుమతించం అన్నారు. నిజానికి కెవిన్ బీఫ్ ఎపుడో గాని తినడు. తనకంటే ఎక్కువ నేనే తింటాను. అదే చెప్పా వాళ్ళతో కూడా. అయినా నేను లోపలకు వెళ్ళవచ్చుట, తనను allow చేయరట. నాకు విపరీతమైన కోపం వచ్చింది. వాళ్ళ policy ప్రకారం నన్ను కూడా allow చేయకూడదు కదా! ఇదేమి న్యాయం?

అమెరికను అయివుండి తను అంత పద్ధతిగా ఇండియాలో ఉన్న గుడులు చూడటానికి వస్తే మీరు ఇలా అనడం correct కాదు అని వాళ్ళతో వాదిస్తుంటే, కెవిన్ వచ్చి పర్లేదు నేను ఏమీ అనుకోనులే నువ్వు లోపలకు వెళ్ళి రా, నేను ఇక్కడే wait చేస్తా అన్నాడు. ఆ మాటకు నాకు ఎంతో

బాధనిపించింది. మేము హిందూ సంప్రదాయం ప్రకారం పెళ్ళి చేసుకున్నాము గుడిలో. అలాంటిది నా భర్తను తన గుడిలోకి allow చేయని ఈ అమ్మ నాకు అక్కరలేదు, నేను కూడా లోపలకు వెళ్ళను అని కెవిన్ నన్ను ఎంత వారిస్తున్నా నేను లోపలకు వెళ్ళకుండా అక్కడి నుండి వెళ్ళిపోయాము.

మేము ఇంటర్నేషనల్ టూర్లు ఎక్కువగా వెళుతూ ఉంటాము. చాలా చర్చిలకు, మసీదులకు కూడా వెళ్ళాము. ఎప్పుడూ మాకు ఇటువంటి అనుభవాలు ఎదురవ్వలేదు. మరి ఏమిటి ఈ తేడా మన హిందువులలో? ఒక వారం ముందే ఇద్దరం, తిరుపతి కొండ నడిచి ఎక్కి, అక్కడివన్నీ చూసి నడిచి దిగాము. నిజానికి ఇతర దేశాల్లోమన culture అన్నా, మన దేవుళ్ళు అన్నా ఎంతో గౌరవం. అలాంటిది మరి మనం వాళ్ళకు ఇచ్చే మర్యాద ఇదేనా? ఎంత దిగజారిపోయింది మన culture. ఇలాంటి కుసంస్కారపు పద్ధతులు పాటిస్తున్నంత వరకూ మనలో మార్పు రాదు.

అలా ఒకప్పుడు నేను తనను వద్దు అని వదిలి వచ్చేసినా, అమ్మ కోసం తపిస్తున్న నా దగ్గరకు వచ్చి నన్ను తన అక్కున చేర్చుకుంది ఆ శక్తి అమ్మ. ప్రేమకై పరితపిస్తున్న నాకు పరిపూర్ణంగా తన ప్రేమను అందించింది.

మీకో secret లాంటి నిజం చెప్పనా? ప్రతీ మనిషీ... బ్రతుకుతూ ఎంతో తెలివిగా ఇతరులను మోసం చేశాను, ఎంతో తెలివిగా ఎదుటి వారిని బోల్తా కొట్టించాను, వారికి తెలియకుండా వారి గురించి ఎంతో చెడుగా ప్రచారం చేస్తున్నాను, నా అబద్దాలతో ఎంతో తెలివిగా నమ్మించాను... ఇలా అనుకుని చేసే ప్రతీ పనికీ ముఖ్యమైన మరియు ఏకైక సాక్షి మీరు మాత్రమే! శరీరంతో ఉన్నంతకాలం ఇది ఎవ్వరూ గ్రహించలేక పోవచ్చు. కానీ ఈ శరీరం వదిలిన వెంటనే నీకు నువ్వుగా, తనకు తానుగా, శరీరం చేసిన ప్రతీ తప్పు ఆత్మ ఒప్పుకుంటుంది. భూమి మీదలా దీనికి కోర్టులు, లాయర్లు అవసరం లేదు.

నా ప్రయాణంలో దీని గురించి చెప్పడం మర్చిపోయాను. దీనినే మనం యమలోకం or నరకలోకం అంటాము. ప్రతీ ఒక్కరూ దీనిని దాటుకానే

వెళ్లాలి. అటు మంచి చేసినా, చెడు చేసినా. శిక్షలు అనుభవించదగ్గ వాళ్ళు దానిని దాటివెళ్ళలేరు. అసలు అక్కడికి వెళ్ళడానికి కూడా వారికి దారి తెలియదు. అందుకే ఆయా లోకానికి సంబంధించిన వ్యక్తులు వచ్చి వీరిని తీసుకు వెళ్ళడం జరుగుతుంది. ఈ లోకాన్ని తమంతట తాము సునాయాసంగా దాటుకొని ముందుకు వెళ్ళగలిగే వాళ్ళు ఇద్దరు. ఒకరు భక్తిమార్గ ప్రేమామృతంతో పూర్తిగా తడిసిన వాళ్ళు. రెండు ధ్యాన మార్గంలో జ్ఞానోదయాన్ని పొందినవారు.

ఏ శరీరంతో అయితే ఆ తప్పులు, పొరపాట్లు చేశారో ఇక్కడ ఆ కారణ శరీరంతోనే శిక్ష అనుభవించాల్సి ఉంటుంది. ఆ శిక్షాకాలం పూర్తి అయిన వెంటనే మరలా జన్మ తీసుకోవడం జరుగుతుంది. ఇది చాలా complicated process. నేను ఒక్కొక్క లోకం గురించి చాలా క్లుప్తంగానే చెబుతున్నాను. ప్రతి లోకాన్ని దాటి వెళ్ళడం అనేది ఆ లోకానికి సంబంధించిన జ్ఞానాన్ని తెలుసుకున్నాకే దాటడం జరుగుతుంది.

నాకు అమ్మ మొదటిలో చెప్పిన చాలా complex and complicated లెక్కలు ఇవే. ఇవి అర్థం చేసుకోవడం అంత తేలిక కాదు. ఒక్కసారి అర్థం అయ్యాక మాటలు లేని, రాని పరిస్థితి ఏర్పడుతుంది. ఎందుకంటే ఇక తెలుసుకోవడానికి ఏమీ ఉండదు.

సరే ఈ లోకంలో నా ప్రయాణం ఎలా సాగింది అంటే, అన్ని లోకాలల్లో లాగే, నేను నడుచుకుంటూ వెళుతున్నాను. నేను అటుగా వెళ్ళడం, వారికి కూడా కొత్త కాదనుకుంటా. అక్కడి వారు జరిగి, నాకు సాదరంగా దారి ఇచ్చారు. నేను నడుస్తూ అటూ, ఇటూ చూశాను. శిక్షలు అమలు జరుగుతూ ఉన్నాయి అక్కడంతా. నాలో ఏ భావమూ లేదు. శిక్షలు అనుభవిస్తున్న వారు నన్ను ఆశ్చర్యంగా చూడడం మాత్రం గమనించాను.

ఈ para తరువాతి book లో రాయవలసిన విషయాలు. కానీ ఇక్కడ రాస్తేనే మీకు clarity వస్తుంది అని, ఇక్కడే చెబుతున్నా. ఇక్కడితో కేవలం ప్రస్తుత

జన్మకు కారణమైన శరీరంలో ఉన్న కారణశరీర ప్రయాణం ముగిసింది. అలా అని దీని ప్రయాణం పూర్తిగా ఆగిపోనూ లేదు. ఇక్కడ నా నివాసం కొన్ని క్షణాలే. నా కర్మల balance '0' కావడంతో ఇక్కడ నాకు అతిథి మర్యాదలే జరుగుతాయి. ఇక్కడి నుండి నా past జన్మ కారణశరీరం ద్వారా వెనుకకు ప్రయాణించాలి. మరియా ఇక్కడితో నా కారణశరీరానికి స్వేచ్ఛ దొరికింది. నిజానికి నాకు experiences అవుతున్నప్పుడు ఈ clarity అప్పుడు నాకు లేదు. నాకు ఎప్పుడూ ఏ విషయంలోనూ ఆలోచించే సమయం ఏ మాత్రం దొరకలేదు. అందుకే ఈ book రాయడానికి అన్ని సంవత్సరాలు తీసుకున్నా.

ఏది ఏమైనా జీవితంలో ఏదీ ఊరకనే పొందము. అది మంచి అయినా, చెడు అయినా. ప్రతిదీ మన కర్మ మీదే ఆధారపడి ఉంటుంది. మన life ని మనమే design చేసుకోవాలి. కష్టాన్ని అనుభవించి సుఖాన్ని పొందుతావో, సుఖం పొందడం కోసం కష్టాల ఊబిలో కూరుకు పోతావో నిర్ణయం నీమీదే ఆధారపడి ఉంది. ఎవ్వరూ చూడటం లేదు కదా! నేను చేసే పని అని మీకు ఆ క్షణం అనిపించవచ్చు. కానీ శరీరాన్ని విడిచిన తర్వాత ఈ జన్మలో శరీరం ఏర్పడుతుండగా తల్లి కడుపులో పడిన క్షణం దగ్గరనుండీ, ఈ శరీరాన్ని వదిలి వెళ్ళేదాకా జరిగిన వన్నీ... ప్రతీ ఒక్క క్షణం బేరీజు వేయబడుతుంది. ఇది ఎలా జరుగుతుంది అని మీకు ఆశ్చర్యం కలగవచ్చు. శరీరం ఏర్పడేటప్పుడు ప్రవేశించిన ఆత్మ, శరీరం వదిలి బయటకు వచ్చేంత వరకూ ఈ శరీరంతో చేస్తున్నదంతా చూసి, సాక్షిగా అన్నింటినీ record చేస్తుంది. ఇదే సృష్టి రహస్యం # 2.

దానికి వేద ధర్మం పాటించడం తప్ప ఇంకోటి తెలీదు. శరీరం చేసిన ప్రతి పనికి తానే సాక్షి అయ్యి శిక్షను అమలుపరచాలి, కారణ శరీరానికి. ఈ లోకాన్ని దాటి ముందుకు వెళ్ళాలి అంటే, ఇక్కడికి రాకముందే కర్మల balance '0' ఉండాలి. అలా '0' లేని పక్షంలో మరో జన్మ తీసుకుని రావలసి ఉంది. ఆ కర్మలను అనుభవించడానికి గాను కొత్త శరీరాన్ని పొందటం జరుగుతుంది.

అయితే ఇక్కడ శిక్షలు అనుభవిస్తే, మరొక జన్మ ఎందుకు అన్న అనుమానం

మీకు రావొచ్చు. ఇక్కడ అనుభవించిన శిక్షలు మీ కర్మలను మార్చలేదు. ఇది ఎలా అంటే, for example ఇతరులకు పెట్టిన శరీర బాధలకు, మనసు బాధలకు, మోసాలకు తగిన కర్మలు మాత్రమే ఇక్కడ శిక్షలు అమలుజరుగుతాయి.

ఆ శిక్షా కాలం ముగిశాక, ఈ కర్మల balance '0' చేసుకోవడానికి మరొక జన్మ వస్తుంది, కొత్త శరీరంతో. ఈ జన్మ ఏ శరీరంతో, ఏ రూపంలో వస్తుంది అన్నది వారి వారి కర్మలను బట్టి నిర్ణయించబడుతుంది.

మరి ఇది దాటి వెళ్ళగలిగిన వారి పరిస్థితి ఏమిటీ అంటే, వారు ఈ జన్మకు ముందుగా ఉన్న శరీర పుట్టుకకు కారణమైన తల్లి గర్భంలో ఉండగా ప్రవేశించిన ఆత్మ, ఆ శరీరమను విడిచి బయటకు వచ్చినప్పుడు ఉన్న కర్మలు కూడా '0' balance అయితే మరో ముందు జన్మకు.

అలా నా ధ్యానం ప్రారంభమైనప్పుడు నా ఆదినుండి నేను విడివడి నీటిలో జన్మించి, ఒక్కొక్క జన్మా తెలుసుకుంటూ ఈ జన్మలో కాలచక్రాన్ని దాటి ఎలా నా శరీరం నుండి ఆత్మగా బయటకు వచ్చానో, అదే దారిలో నా ప్రయాణం వెనకకు సాగించాలి. మరలా ఒక్కొక్క జన్మనూ సృజిస్తూ అదే దారిలో ఆదిని చేరుకుని పరిపూర్ణత్వాన్ని పొందుతాము. అదే మోక్షం!! ఇది అంతా ఒక మానవ శరీరంతోనే సాధ్యం.

అలా ప్రారంభమైన ప్రయాణం చివరిగా తన ఆదిని చేరుకుంటుంది. పూర్తిగా విలీనమైన ఆ ఒక్కటిలో తానూ పూర్తిగా ఐక్యం అయ్యి తన ఉనికిని కోల్పోతుంది. అయితే ఇది ఒక్క ఆత్మ మాత్రమే ఆదిని చేరుకుంటే సరిపోదు. నాలో (మనలో) నేను కాకుండా ఇంకా ప్రకృతి, జీవుడు & ఆత్మ ఉన్నారు. చేస్తున్న పనిలో, ఆలోచనలో వీటన్నింటి మాట, బాట ఒక్కటై ఉండాలి. అప్పుడు మాత్రమే ఈ ప్రయాణం సాధ్యపడుతుంది.

నేను చెప్పేదేమిటంటే బయటకు ఒక మాట చెప్పి, మనసులో ఇంకోలా

ఆలోచించే వాళ్ళకు ఇది ఎట్టి పరిస్థితుల్లోనూ సాధ్యం కాదు. తనువు, ఆలోచన, మనసు, ఆత్మ ... అన్నింటి ఆలోచనా ఒకటై ఉండాలి. ఈ స్థితికి చేరుకున్న వారు మాత్రమే ఈ ప్రయాణానికి అర్హత పొందుతారు. అలా ప్రాణం, ఆత్మ, జీవుడు & ఆది ఒకటవ్వాలి. ఇవి అన్నీ ఎప్పుడూ శరీరాన్ని అంటి పెట్టుకునే ఉంటాయి. ఒక మంచి మనిషిలా అరిషడ్వర్గాలను వదిలి జీవిస్తుంటే ఈ ప్రయాణం చాలా సులువు.

ఈ స్థితికి చేరుకున్న వ్యక్తి పూర్తిగా తన ఉనికిని కోల్పోతాయి. అంతా తానై ప్రకాశిస్తాడు. ఈ స్థితికి చేరుకున్న నేను పూజ చేస్తున్నా, నాకు నేనుగా చేసుకున్నట్లు అనిపించి, దేవునికి అభిషేకం చేస్తున్నా అది నా మీదనే పడి నాకు నేను చేసుకున్నట్లుగా అయ్యి ఒక్కసారిగా పూజ చేయడం కూడా మానేశాను.

అలా ఏ ఒక్క ఆలోచన కూడా లేకుండా ఎంతో ప్రశాంతంగా గడిపేశాను. ఈ నా పని పూర్తి చేయడానికి కావలసిన ఈ జన్మ తీసుకోవడానికి గల కారణం తెలిసినా ఆ ప్రశాంతత నుండి బలవంతంగా బయటకు రావడానికి ఇంత సమయం పట్టింది. నేను వచ్చిన మొదటి పని పూర్తి అయ్యింది. ఇక మిగిలి ఉన్నది నిజాన్ని తెలియజేయడం. ఇంతకు ముందు జన్మల్లో నేను నిజాలు చెప్పి ఉన్నా, కాలక్రమేణా అనువాదం అనే నెపంతో నిజాన్ని కనుమరుగు చేసి, ఎవరికి అర్థం అయినట్లు వాళ్ళు, ఎవరికి నచ్చినట్టు వాళ్ళు, వాళ్ళ వాళ్ళ స్వార్థం కోసం నిజాన్ని పూర్తిగా కప్పిపెట్టారు. అందరినీ మార్చాలి అన్నది నా ఉద్దేశం కానేకాదు. దీనికి నేను జన్మ తీసుకోవలసిన అవసరం లేదు. నా బాధ్యత ప్రస్తుతం ఉన్న పరిస్థితులను గమనించడం, వాటిని అనుభవపూర్వకంగా పొందడం, ఇకముందు ఈ లోకం నివాస యోగ్యమా కాదా అని తెలుసుకోవడం మాత్రమే.

ఇది ఎవరికి వారుగా మాత్రమే చేయవలసిన ప్రయాణం. దీనికి overrides గానీ, loopholes గానీ, అడ్డదారులుగానీ, రహదారులు గానీ ఏమీ లేవు అది ఎవరి జన్మ అయినా. తన మార్గం తనకుతానుగా వెతుక్కోవాలి. ఈ ప్రయాణం నేను చేయగలిగానూ అంటే ప్రతీ ఒక్కరూ చేయగలరు. ఈ ప్రయాణం చేసింది,

నేను మొదటిదాన్ని కాదు & చివరి దాన్ని కాదు అని నాకు తెలుసు. కాకపోతే నేను ఇదంతా మీకు చెప్పడానికి కారణం ఇలాంటి ఒక ప్రయాణం ఉంటుందని నాకులా ఇప్పటిదాకా తెలియని నా లాంటి వాళ్ళ కోసం మాత్రమే!

అలాంటి వాళ్ళ కోసం నేను చెప్పొచ్చేదేమిటంటే ముందుగా మీ గురించి మీరు తెలుసుకోవాలి. ఇది వినడానికి చాలా తేలికగా, సులువుగా ఉండవచ్చు. కానీ పూర్తిగా తన గురించి తనకు ఏ ఒక్కరికీ తెలీదు. అది తెలియాలి అంటే ముందుగా తనకు గుర్తున్నంత వరకూ కనీసం ఒక్క 6 నెలలు అయినా ప్రతి రోజూ జరిగే విషయాలు, చేస్తున్న పనులు, వచ్చే ఆలోచనలు, ఇతరులతో సంభాషణలు, ఏ పని చేసినా, ఎందుకు చేశారో, అప్పుడు మీ ఆలోచన ఎలా ఉందో కూడా clarity గా ప్రతి ఒక్కటీ తూచా తప్పకుండా రాసుకోండి. 6 నెలలు పూర్తి అయిన తరువాత చదువుకోండి. మీరు ఎలాంటివారో అప్పుడు మీకు అర్థం అవుతుంది.

మీలో ఉన్న అసలైన మిమ్మల్ని స్వచ్చంగా చూడగలుగుతారు. మంచి మార్గానికి పునాది ఈ తెలుసుకోవడంలోనే ఉంది. నీవెవరో తెలుసుకునే సమయం లేని నీకు అసలు నువ్వు ఎవరో తెలుసుకునే అవకాశం రాదు. అందరికోసం సమయం గడిపే నీవు కొంత సమయం నిన్ను నువ్వు తెలుసుకోవడానికి వెచ్చించు.

ఇంతకు ముందు చెప్పా కదా, ఆత్మ శరీరం నుండి బయటకు వచ్చాక ఈ శరీరంతో అనుభవించిన వన్నీ బేరీజు వేయబడతాయి అని. అలా నేను తల్లి ప్రేగులో పడినదగ్గరి నుండి ఫీల్ అవుతున్నా అని చెప్పా కదా ఒకసారి. అలా ఆత్మ సాక్షిగా చూసిన, నా జీవితంలో జరిగిన విషయాలు చెబుతా.

మన శరీరంలో ఎడమవైపు అమ్మ, అంటే Nature తో నిర్మితమైనది. కుడివైపు నాన్న అంటే Soul తో నింపబడింది. ఈ రెండూ అలా అని వేరు వేరు కాదు. అవి ఒకదానికి ఒకటి interlink అయ్యి ఉన్నాయి. ఒకదాని అనుమతి లేకుండా ఇంకొకటి పని చేయదు. ముందే చెప్పాగా, నీ గురించి నువ్వు తెలుసుకుంటే అంతా తెలిసినట్లే అని. అందుకే ముందు నువ్వేంటో తెలుసుకోవాలి. నిన్ను

నువ్వుగా గుర్తించాలి. Nature తో నిర్మితమైన మనం అలా తల్లిని గుర్తించిన నాడు అంతా తానె చూసుకుంటుంది.

మనం చేసే పనులు అరిషడ్వర్గాలను జయించగలిగినవి అయితే చాలు. ఇది ఒక్కటి చేస్తే చాలు. దీనికి పూజలు, దానాలు, ధర్మాలు కూడా అవసరం లేదు. నాకు తెలిసి నేను చేసిన మంచి పని ఏదన్నా ఉన్నదీ అంటే ఇది ఒక్కటే. న్యాయం వైపు ధైర్యంగా నిలబడ్డాను. నిజమే! ప్రతీ కష్టమూ దీనివలననే అనుభవించాను. కానీ అవి అన్నీ.. నేను ఇప్పటివరకూ అనుభవించాను అనుకొన్న కష్టాలు అన్నీ అసలు కష్టాలే కాదు. అవి life lessons. Preparing me for the right moment. నాకు సరి అయిన సమయం కోసం, సరి అయిన అవగాహన రావడం కోసం సిద్ధపరిచాయి నన్ను.

నేను ఎవ్వరికీ సలహా ఇవ్వడం లేదు. ఏమి చేయాలో చెప్పడం లేదు. ఒకప్పుడు నేను ఎలా ఉండేదాన్నో నాకు పూర్తిగా తెలుసు. చిన్నప్పుడు అమ్మ ఏదన్నా పని చెప్పి చేయమంటే, ముందు ఎందుకు అనేదాన్ని. నాకు ఏ పని అయినా clarity గా తెలియాలి, ఎందుకు చేయాలో. For example: దేవుని దగ్గర దీపం పెట్టి రమ్మనేది. ఎందుకు అనేదాన్ని. సాయంత్రం అయితే దేవుని దగ్గర దీపం పెట్టాలి అనేది. అదే ఎందుకు అని అడిగేదాన్ని. ఏమో మాఅమ్మ చెప్పింది పెడితే మంచిది అని, మేము చేస్తున్నాము అనేది. మీ అమ్మ చెబితే నువ్వ చేసుకో, కారణం తెలీకుండా నేను చేయను అని ఖచ్చితంగా చెప్పేదానిని. అలా కారణం తెలీకుండా నేను ఏ పనీ చేసేదానిని కాదు. అలా ఇంటిలో అందరికంటే మొండి దాన్ని నేనే. అందుకేనేమో వారు చెప్పిన పనులు చేయడం లేదని అక్కల దెబ్బలు కూడా నాకే ఎక్కువ తగిలేయి. కొట్టారని ఇంకా మొండికేసి కూర్చునే దాన్నే గానీ, వారు చెప్పిన పని మాత్రం చేసేదాన్ని కాదు. (ప్రేమగా చెప్పినా, సరిఅయిన కారణం ఉన్న ఏ పని చెప్పినా చేసే దానిని.

కాలం తీరకుండా చనిపోయిన, అంటే కర్మలను పూర్తిగా అనుభవించకుండా (మనకు జన్మ వచ్చే ముందే, మనం చేయవలసిన కర్మను అనుసరించి, దానికి సరిపడా శరీర జీవిత కాలం ముందుగా నిర్దేశించబడుతుంది) చనిపోయిన

వ్యక్తుల ఆత్మలు ఏ లోకాలకూ చెందకుండా ఇంకా ఇక్కడే ఉండటం చూశాను. వారికి శరీరం లేకపోయినా, శరీరం ఉన్నట్లు గానే మన మధ్యనే సంచరించటం చూశాను. ఈ క్రమంలో వారు frustration కు గురిఅవ్వడం చూశాను.

ఇలా అర్ధాంతరంగా చనిపోయిన వారి ఆత్మలు ఈ భూమిమీదే సంచరిస్తాయి. ఎందుకంటే వారికి ఇంకా ఈ భూమి మీద జీవించే కాలం ఉంది కాబట్టి. వాళ్ళు శరీరాన్ని వదిలినా వారికి ఇతర లోకాలకు వెళ్ళడానికి అనుమతిలేదు + వీరికి ఈ భూమిని వదిలి ప్రయాణించడానికి కూడా దారి తెలీదు.

వీళ్ళు శరీరాన్ని వదలడం మూలాన శరీరంతో చేయవలసిన పనులు చేయలేకపోవడంతో చాలా frustration గా, కోపంగా ఉంటారు. వీళ్ళు జీవాత్మ (కారణశరీరం + ఆత్మతో కలిసిన) రూపంలో ఉండడంతో వీళ్ళకు కొంత శక్తి కూడా ఉంటుంది. అలా అని వీళ్ళకు జ్ఞానం మాత్రం ఉండదు. శరీరం వున్నా, లేకపోయినా అదే మూర్ఖత్వంతో జీవిస్తుంటారు.

ఇలాంటివారే కొంతమంది నా దగ్గరకు వచ్చారు. నా శరీరం ద్వారా వారి ప్రయాణాన్ని కొనసాగించవచ్చు అని. మామూలు మనుషులు చూడలేని, నా చుట్టూ ఉన్న కాంతి వలయాలను వీళ్ళు చూడగలరు. ముందే చెప్పాగా వీళ్ళకు కొంత శక్తి ఉంటుందని. కానీ వీళ్ళకు తెలియని విషయం ఏమిటంటే వీళ్ళ ప్రయాణానికి కేవలం వారి శరీరమే అవసరం. ఒకవేళ వీళ్ళు ఎవరి శరీరాన్ని అయినా ఆక్రమించినా, వీరు ప్రయాణం మాత్రం సాగించలేరు.

ఈ frustration వలన వీళ్ళు మరింత కోపంగా, క్రూరంగా ఉంటారు. వీళ్ళు మనం చేస్తున్న అన్ని పనులూ చేయగలరు. ఒక్క భోజనం చేయడం, శ్వాస పీల్చుడం తప్ప. ఆ రెండూ వీళ్ళకు అవసరం లేదు. బ్రతికి ఉన్నపుడు ఏ రూపంలో ఉన్నారో, చనిపోయాక కూడా అదే రూపంలో ఉంటారు.

నాకు చీమల లాంటి సైన్యం కావాలి!

శరీర శుద్ధికి స్నానం ఎటువంటిదో మనసు శుద్ధికి ధ్యానం అటువంటిది

ధ్యానం వలన జ్ఞానం వస్తుంది

తనను తాను నమ్ముకున్న వాడు బాగుపడతాడు

ఇతరులకు పంచే మంచి వలన పుణ్యకర్మ ఎలా వస్తుందో పంచే చెడ్డ వల్ల
పాపకర్మ అలాగే వస్తుంది

అద్దం లేకుండా నిన్ను నువ్వు చూసుకోగలిగినపుడే నీలో నిజమయిన మార్పు
వచ్చినట్లు

మన ఇప్పటి న్యాయ ధర్మాల వంటివే అప్పటి నిత్యనూతన వేద ధర్మాలు

ఆత్మకు వయసు లేదు. అది నిత్య యవ్వనం, శాశ్వతం. వయసు కేవలం
శరీరానికే

మనసు చెప్పింది విని నడిచిన వాడు ఉత్తముడు

ఇతరుల సలహాలు వారికి పనిచేస్తాయేమో ... అవి మీ విషయంలో
పనిచేయకపోవచ్చు.

నీ ఈ ప్రయాణం ఆరంభమూ కాదు, అంతమూ కాదు

నీ గురించి ఎవరి దగ్గరి నుండీ ఏమీ తెలుసుకోకు. నువ్వేంటో నీకు తెలియాలి.
నీ జీవితం నీకు నచ్చినట్టు బ్రతుకు. ఇతరుల ప్రలోభాలకు లోను కాకు

పోగొట్టుకొనేది ఏదీ లేదు, సంపాదించేది ఏమీ లేదు. ఉన్నది నేను మాత్రమే.
నా పూర్వం ఏమీ లేదు, నా తరువాత ఏమీ లేదు

అందరూ నాలో ఉన్న ఒంటరిని నేను

మనిషి మారదానికి చేసే ప్రతీ పని తపస్సు వంటిదే!

తపస్సు చేయడం అంటే ప్రత్యేకించి కూర్చోనవసరం లేదు!

ప్రతీ పనీ యజ్ఞంలా చేయాలి

మనసుతో చేసే ప్రతీ పనీ తపస్సు వంటిదే!

జ్ఞానం అనేది పుస్తకం చదివి తెలుసుకునేది కాదు!

అనుభవ పూర్వకంగా తెలుసుకున్నదే నిజమయిన జ్ఞానం!

చదివి తెలుసుకున్న జ్ఞానం ఒక్క తుమ్ముతో పోతుంది

నీది అంటూ ఏదీ లేదని తెలుసుకో

"నేను" అంటున్న నీవు కూడా నీది కాదు

అంతా ఈ జగమంతా ఈశ్వర మయమే

మనసును మంచి మార్గం వైపుకు మరల్చుదానికి చేసిన ప్రతీ పని తపస్సు వంటిదే

భక్తే మోక్షం కాదు

మోక్షానికి భక్తి, తపస్సు, యజ్ఞం ఒక మార్గం వంటివి

నిజమైన మోక్షాన్ని మనస్సు ద్వారా కూడా పొందవచ్చు

మంచి మనిషిగా మారదానికి వేసే ప్రతీ అడుగూ మోక్షమార్గమే

సద్రుశ్య

నీ జీవిత లక్ష్యం ఏమిటో తెలుసుకొని దానిని పరిపూర్ణం చేసుకోవడానికి ప్రయత్నించు

లక్ష్యం పూర్తి అవ్వని మోక్షం స్వార్ధం అవుతుంది

చేసే పనులతో మోక్షత్వాన్ని పొందు

కర్మ ద్వారా మోక్షాన్ని పొందడం బొందితో స్వర్గానికి వెళ్ళినంత ఉత్తమమైనది

ఆత్మ చూడలేనిది, స్పృశించలేనిది

ఆత్మజ్ఞానాన్ని తపస్సుతోనే పొందగలం

పుస్తకం చదివి తెలుసుకున్న ఆత్మ జ్ఞానం నీరు లేని భోజనం వంటిది

తపస్సుతో పొందిన జ్ఞానం ఆత్మ ఉన్నంత వరకూ ఉంటుంది

ఆత్మకు చావు లేదు

ఆత్మకు శరీరం ఒక వస్త్రం మాత్రమే

రోజుకొక వస్త్రం కట్టినట్లు, జన్మకొక శరీరం ధరిస్తుంది ఆత్మ

ఆత్మజ్ఞానమే మోక్షం

నీవెవరో తెలుసుకోవడమే మోక్షం

నీవెవరో తెలుసుకోవడానికి చేసే ప్రయత్నమే తపస్సు

ఆత్మజ్ఞానాన్ని పొందడానికి ... మనసుకు అంటిన మలినాలను ముందు తుడుచుకోవాలి

అరిషడ్వర్గాల నుండి విముక్తి పొందగలిగితే ఆత్మజ్ఞానంబోధ పడినట్లే

ఆత్మజ్ఞానం న్యాయ ధర్మాల చేత పొందవచ్చు

మోక్ష మార్గం కర్మల నుండి తప్పుకోవడం కాదు

ఎవరైతే జాగ్రతి, స్వప్న, సుషుప్తి అవస్థలలో పవిత్రుడై ఉంటాడో వాడే
మోక్షార్హుడు

ఆత్మజ్ఞానమే శాశ్వతం

పరమాత్మలోని పరమాణువే జీవితం

పరమాణువు పరమాత్మలో కలవడమే మోక్షం

పరమాణువుల మిళితమే పరమాత్మ

ప్రతీ జీవిలో ఉన్నదే పరమాత్మ

నీవే పరమాత్మ

అది నీవే!

నీ గురించి తెలుసుకోవడానికి చేసే ప్రయత్నమే తపస్సు

నిన్ను నువ్వు తెలుసుకోవడం వల్ల వచ్చేదే మోక్షం

ధ్యానంలోనే ఆత్మ స్వరూపాన్ని పొందగలవు

నీ పుట్టుక తెలుసుకోవడమే మోక్షం

ఆత్మ పుట్టుక, దాని ప్రయాణం ఒక్క ధ్యాన మార్గం ద్వారానే తెలుసుకోగలవు

ఒక్కసారి నీ చెయ్యి పరమాత్మకు అందితే చాలు

బంధ విముక్తుడవయితే పరతత్వం అదే బోధపడుతుంది

పరతత్వం తెలుసుకోవడమే మోక్షమార్గం

పంచభూతాల సమ్మేళనమే ఈ దేహం

పరిపూర్ణత్వం పొందడమే పరమ పదం

పరిపూర్ణత్వానికి మించిన జ్ఞానం మరొకటి లేదు

జ్ఞానమే మోక్షమార్గం

తన తప్పు తాను తెలుసుకున్నవాడే మోక్షార్హుడు

కర్మ ఫలం ముగింపే మోక్ష మార్గం

ధర్మమే వేదం!

మలినం లేని మనసును పొందగలిగితే మోక్షం పొందినట్లే

మలిన రాహిత్యమే పరిపూర్ణత్వం

ధైర్యంతో ఉన్నవాడే ఏదైనా సాధించగలడు

జ్ఞానేంద్రియాలు పంచేంద్రియాలు అదుపులో ఉంచుకోగలగటమే ధ్యానం!

ఇంద్రియాల నుండి విముక్తి పొందటమే మోక్షమార్గము

ఆత్మ ఉనికిని తెలుసుకోవడమే పరమ పదం

ఆత్మ తత్వం తెలిస్తే పరతత్వం బోధపడుతుంది

చూసేది చూడబడేది ఒక్కటే

మనసును శుద్ధి చేయడానికి ప్రయత్నించు

ఈర్ష్య ద్వేషాలను విడనాడు

నీది కాని దానిని నీదిగా భ్రమ పడకు

బాధింపబడేదేంటో బాధపడేదేంటో తెలుసుకో

నీలో నీవు అన్వేషణ చెయ్యి

విషయార్జన ప్రపంచ పర్యటనతో రాదని తెలుసుకో

నిన్ను నువ్వు తెలుసుకోవడమే ఆత్మాన్వేషణ

స్థూల శరీరంలో ఉన్న సూక్ష్మాన్ని కనిపెట్టు

ఈ శరీరం నువ్వు కాదని తెలుసుకో

శరీర శుద్ధితో మనసు శుద్ధితో తెలుసుకోగలిగేదే ఆత్మజ్ఞానం

ఇంకొకరి దారిలో నువ్వు నడిస్తే నీ గమ్యం ఎప్పుడు చేరుతావు?

తన దారిలో నడిచి గమ్యం చేరే వాడే ఉత్తముడు

ఇంకొకరి కర్మ నెంచకు

తన తప్పులను వేలెత్తి చూపలేనివాడు వేరొకరితప్పులెంచడానికి అనర్హుడు

బోధించే నీతి తాను పాటించినదై ఉండాలి

తన కష్టసుఖాలు తెలియనివాడు ఇతరులకు ఏమి బోధచేయగలడు?

శాంతం భోగం!

ఈర్ష్య, ద్వేషాలు వదిలిన నాడు ప్రేమ తత్వం బోధపడుతుంది

పరుల సొమ్మును ఆశించినవాడు కర్మలను అనుభవిస్తూనే ఉంటాడు

ఎలాంటి కర్మఫలం పొందాలి అనేది నీమీదే ఆధారపడిఉంది

నీ జీవితానికి నీవే పునాది వేయగలవు

నీ ఆలోచనలే నీ జీవితం

నీ జీవితమే నీ కర్మఫలం.

నీ అంతరాత్మే యముడు!

నీవు చేసే ప్రతీ కర్మకూ ఫలితం నువ్వే అనుభవించాలి

కర్మ ఫలితం ఇవ్వబడనిది తీసుకోబడనిది

పుణ్య కర్మలు చేసి పునీతుడవు అవుతావో, పాప కర్మలు చేసి పరితాపం
చెందుతావో నువ్వే నిర్ణయించుకో

నింద మోయవలసొచ్చిందని బెంగ పడకు... అదే నిన్నుకర్మల నుండి
కడిగివేస్తుందని ఆనందపడు

గేలి చేస్తున్నారని అధైర్య పడకు, సత్యలోకాలకు దారి చూపుతున్నారని సంబరపడు

తమతో కలుపుకోలేదని నిరాశ చెందకు నీ దారి నువ్వే వెతుక్కోవడానికి ప్రోత్సహిస్తున్నారని తృప్తిపడు

ఎవరికీ కానివాడివయినా నీ కొరకు ఎపుడూ ఒకరు ఎదురు చూస్తున్నారని తెలుసుకో

నిజమైన ప్రేమ ఎదురుచూపులలోనే ఉన్నదని మర్చిపోకు

పట్టుదలను ఎన్నటికీ విడనాడకు

నీ ఒంటరి ప్రయాణమే నిన్ను శిఖరాన్ని చేరుస్తుంది/అధిరోహిస్తుంది

తాను ఒంటరి అనుకున్నవాడు ఎప్పటికీ ఒంటరి కాదు, తనకు అందరూ ఉన్నారు అనుకున్నవాడు ఎప్పుడూ ఒంటరే

చీకటిలో బ్రతికే వానికి చుక్కంత వెలుగు చాలు ప్రయాణం సాగించడానికి...మరి వెలుగే జీవితం అనుకునేవాడు మునుముందు రాబోయే చీకటికి తాళలేడు

ఎగసే ప్రతీ కెరటం సద్దుమణగాల్సిందే

ఎగసిన కెరటానికి ఏమి తెలుస్తుంది తన ఉనికి రెండు క్షణాలే అని?

మంచిని ఎంత ఆనందంగా స్వీకరిస్తావో చెడునూ కూడా అదే విధంగా స్వీకరించు

మంచీ చెడ్డల సమ్మేళనమే జీవితం

అన్ని కర్మలనూ పూర్తిగా అనుభవించిన నాడే మొక్ష మార్గం కనిపిస్తుంది

ఏ కష్టం వచ్చినా, సుఖం వచ్చినా సముద్రంలా ప్రశాంతంగా ఉండు

సూర్యునిలా వెలుగు అందరికీ తారతమ్యం లేకుండా పంచు

ఏ ఒక్కరినీ ఉద్ధరించడం నీ కర్తవ్యం కాదని తెలుసుకో

నిన్ను నువ్వు ఉద్ధరించుకొంటే ఇతరులను ఉద్ధరించినట్లే

నీకు సంబంధం లేని విషయాల్లో జోక్యం చేసుకోకు

ఎవరి కర్మకు ఎవరు బాధ్యులు?

నిప్పు లేనిదే పొగ రాదు... నీ తప్పు తెలుసుకొని నిప్పునార్పడానికి ప్రయత్నించు

పొగను ఎంత దులిపినా అది మరింత కమ్ముకుంటుందే తప్ప ఆరదు కదా!

పొగకు కారణమయిన మూలాన్ని ఛేదించు

కష్టం, కాకరకాయ ఒక్కలాంటివే, చేదుగా ఉన్నా రెండూ మంచే చేస్తాయి.

పాము కోరల్లో విషముందని చంపుతున్నావు... అంతటా విషపూరితమైన
మనిషిని ప్రేమిస్తున్నావు? ఇదేమి న్యాయం??

పాము తన జోలికి వెలితేనే కాటేస్తుంది. మనిషి నిన్ను వెంబడించి మరీ
కాటేస్తాడు

ఇతర జీవులు తమ ఆహారం కోసమే వేటాడుతాయి... మనిషి కేవలం అల్పమైన
సుఖవాంఛల కోసమే ఇతరులను వేటాడుతాడు

అన్ని జీవాల్లోకీ అల్పబుద్ధి ఉన్నది కేవలం మనిషికే

అన్ని జీవాలు తమ విధి నిర్వర్తించి తృప్తి పొందుతాయి

తృప్తి పొందలేనిది ఒక్క మనిషే!

ఆశే మనిషికి తృప్తిని దూరం చేస్తుంది

ఉన్నదానితో తృప్తి పడే వాడు ఎప్పటికీ నిరాశా పరుడు కాలేడు

పక్కవారిని చూసి వోర్చని వాని బ్రతుకు దుఃఖమయం అవుతుంది

నీ పనేదో నువ్వు చూసుకో

అడిగిన వారికి చేతనైన సహాయం చెయ్యి

సలహా ఇచ్చే ముందు నీకా అర్హత ఉందో లేదో బేరీజు వేసుకో

నువ్వు పాటించి ఇచ్చిన సలహా పరమ పవిత్రమవుతుంది

నీకుగా నువ్వు తెలుసుకున్న జ్ఞానమే నిజమైనది

మోక్షానికి మార్గం జ్ఞానమే

జ్ఞానం ద్వారా సంక్రమించే మోక్షం పవిత్రమైనది.

ఫలితాన్ని ఆశించకుండా చేసిన మంచి కర్మలు మోక్షసాధకులవుతాయి

దుఃఖం అనుభవించవలసి వస్తుందని బాధపడకు... మోక్ష మార్గానికి
దగ్గరవుతున్నందుకు సంతోషపడు

ఇతరులకు మంచి చేయకపోయినా పర్లేదు... చెడుతలపెట్టకు

పుణ్యకర్మలు చేయకపోయినా పర్లేదు... పాప కర్మలలోపాలు పంచుకోకు

శిక్ష పాపం చేసిన వానికి ఎంత ఉంటుందో, దానిని సమర్ధించిన వారికీ అంతే ఉంటుంది

న్యాయాన్ని ఎపుడూ విడనాడకు

నీది కాని దానిని ఆశించకు

శరీరానికి శక్తి ఆత్మ ద్వారానే లభ్యమవుతుంది

పంచభూతాల మిళితమే ప్రాణం!

పంచభూతాల్లో ఏ ఒక్కటి స్థంభించినా ప్రాణం మన నుండి విడివడుతుంది

జీవి ప్రాణంతోపాటు ఆరోగ్యం కూడా ఈ పంచభూతాలపైనే ఆధారపడి ఉంది

మానవుడు అత్యాశకు పోయి తన ప్రాణానికి తానే ముప్పుతెచ్చుకుంటున్నాడు

పరమాత్మ ప్రాణికోటికి ప్రసాదించిన పంచభూతాలు స్వచ్ఛమైనవి

స్వచ్ఛమైన పంచభూతాలను తమ స్వలాభం కోసం పాడు చేస్తున్నది మానవుడే

స్వలాభం కోసం ఆరోగ్యాన్ని కూడా పణంగా పెట్టగలిగే ధన్యత ఒక్క మానవునికే దక్కింది

దేన్నయినా ప్రలోభపేతంగా వాడుకోవడం ఉత్తమం

అవసరాన్ని మించి ఖర్చు చేసినవాడు కష్టాలపాలవుతాడు

జీవి తనకున్న దానితో తృప్తి పడక వనరులను వృధా చేస్తున్నాడు

ప్రకృతి అవాంతరాల కారకుడు మానవుడే

ప్రకృతి సమతుల్యం కోల్పోయేవడానికి కారకుడు మానవుడే

ప్రశాంతమయిన మనసుతో ఒక్క చోట కూర్చుని ధ్యానం చేస్తే అన్ని లోకాలు తిరిగి రావచ్చు

జ్ఞానం లేని దేహంతో ఎన్ని లోకాలు తిరిగినా ప్రయోజనమేంటి?

ఆత్మ ప్రయాణం ద్వారా తెలుసుకున్నదే నిజమైన జ్ఞానం

మూర్ఖునితో తర్కం అవివేకం

జీవి తనకు తానుగా సంపాదించుకోగల శాశ్వత నిధి ఆత్మజ్ఞానమే

ఆత్మానుభవాలు ఎవరూ చెరపలేనివి, పాడు చేయలేనివి

ఎన్నో జన్మలతో... ఎన్నో బంధాలతో ప్రయాణం సాగిస్తున్నా అన్నింటిలో నీకు తోడై ఉండేది ఆత్మ ఒక్కటే

శివశక్తులే ఆత్మ రూపం

ప్రతి జన్మలో నీకు తోడుగా ఉండేది ఒక్క పరమాత్మే అని తెలుసుకో

నీ పుట్టుక కోసం తన శక్తిని ధారపోసింది ఆ పరమశివుడే

ఆది తల్లిదండ్రుల త్యాగాన్ని గుర్తించగలిగింది ఎంతమంది?

తన పుట్టుకకు కారణమైన తల్లిదండ్రులను ఎంత మంది తెలుసుకోగలుగుతున్నారు?

ఆత్మ పుట్టుకకు కారణం తెలుసుకోవడానికి ప్రయత్నించు

మానవుడు మాయా ప్రపంచంలో బ్రతుకుతున్నాడు

కళ్ల ముందే తనకు కనిపించని లోకాలు ఉన్నాయని తెలుసుకోలేకపోతున్నాడు

జ్ఞాన నేత్రాలతో చూడలేనిది ఏమీ లేదని తెలుసుకో

నీ శక్తిని నువ్వే సముపార్జించుకో

పట్టుదలతో సాధించలేనిది ఏమీ లేదని తెలుసుకో

ఆత్మాన్వేషణ ప్రారంభం అయిన జీవికి పరమాత్మ అభయహస్తం తప్పక దొరుకుతుంది

పరమాత్మ బిడ్డవయిన నీలో పరమాత్మ తత్వమే ఉంది

నీలో ఉన్న పరమాత్మ తత్వాన్ని బయటకు తీయడానికి ప్రయత్నించు

నీవే పరమాత్మ అని తెలుసుకో

ప్రశాంతమయిన సుఖ జీవనానికి నాంది పలుకు

నీలో ఉన్న అసాధారణ శక్తులను బయటకు తియ్య

జ్ఞానివి కావాలో, అజ్ఞానివి కావాలో నిర్ణయం నీదే

రాచబాట కావాలో ముళ్లబాట కావాలో తెల్చుకో

ప్రేమను పంచే తల్లివవుతావో...జ్ఞానం పంచే గురువు అవుతావో... తెల్చుకో

ప్రలోభాపేతంగా నీ ఉడతాభక్తి సాయాన్ని లోకానికి అందించు

లోకకల్యాణమే ధ్యేయంగా పెట్టుకో

జ్ఞాన శక్తి అతీతం అని తెలుసుకో

జ్ఞానమే నీ ఆస్తి

ఏ ఒక్కనికీ దొంగిలించ సాధ్యం కాని ఆస్తిని సంపాదించు

లోకుల కోసమే నీ శక్తిని ఉపయోగించు

తత్పురుషుని మార్గంలో నడవడానికి ప్రయత్నించు

అందరికీ నచ్చేట్లు, అందరూ మెచ్చేట్లు మసలుకో

స్వార్థ రహితంగా ప్రవర్తించు

మోక్షం అనేది చావు తరువాత పొందేది కాదు, జీవించి సాధించుకానేది

ధ్యాన సాధనకు శరీరంలో ఉన్న అవకతవకలు ఏ మాత్రం అడ్డు రావు

Just realize your capabilities. Do not underestimate yourself. Trust your beliefs and your instincts. You're capable of doing anything. Just simply Trust Yourself.

Just open up yourself. Expand your SELF!!

నువ్వు మంచి చేసినా, చెడు చేసినా.. ప్రతీ జన్మకూ Judgement Day ఉంటుంది

నిన్ను నువ్వు పరిమితి చేసుకోకు. నువ్వు ఏ ఒక్కరికీ సొంతం కాదు. ప్రపంచం అంతా నీదే

To help others, you have to help yourself first. To save others you must save yourself first. You must completely understand what you're.

Astrology is nothing but nature. మనం తినే food మన శరీరం మీద ఎలా పనిచేస్తుందో... మనం పుట్టే సమయం మన మనసు మీద అలా పని చేస్తుంది

ప్రతీ జన్మకూ ఒక కారణం ఉంది. అది తెలియాలి అంటే, ముందు నీ గురించి నీకు తెలియాలి

నీ బలాన్ని ఎలా గుర్తిస్తావో, నీ బలహీనతని కూడా గుర్తించగలిగిన వాడే మంచి మనిషిగా మారగలడు

ఆత్మ మనసును నడిపిస్తుంది. మెదడు శరీరాన్ని నడిపిస్తుంది

మన మనసు మాట వింటే ఏ తప్పూ చేయలేము

ఏ విషయంలో అయినా ఒక వ్యక్తికి విరక్తి రావాలంటే, they have to "enjoy the fullest" in that issue

నాకు శరీరం వస్తూ, పోతూ ఉంటుంది. కానీ అసలైన నేను శాశ్వతం. నాకు చావు లేదు. శరీర రాక పోకలు చావు కాదు

ఎప్పుడయితే అయిదు పంచభూతాలు సమపాళ్ళలో కలుస్తాయో అపుడు life ఏర్పడుతుంది. ఈ లైఫ్ కు సరిపడా కర్మలు తీసుకోదగ్గ ఆత్మ వచ్చి దానిలో చేరినపుడు, ఒక జీవితం మొదలవుతుంది

జన్మతహో వచ్చే లక్షణాలు ఎన్ని జన్మలైనా మనతోటే ఉండిపోతాయి. రక్తంతో వచ్చే లక్షణాలు, ఆ సంబంధం దూరమవడంతో అవీ దూరమవుతాయి

It's nothing but Creation and Manifestation!!

న్యాయం కానిది ఏదైనా తప్పే.

❖

ఇంటిని తగులబెట్టేస్తున్నారు!!

పెద్దమ్మ కూతురి కొడుకు పెళ్ళని మరలా ఇండియా వెళ్ళాను. అక్కడ ఒకళ్ళు నేను మారాను, నేను మారాను అని చెప్పుకుంటారు గాని ఎవరూ మారరూ అని అన్నారు. తాను అనేది నన్నే.

అసలు ఈ మార్పు అంటే ఏమిటి?

ఈ మార్పులలో చాలా రకాలున్నాయి. రకాలు ఎన్నున్నా మార్పు అనేది ఏ వ్యక్తిలో అయినా ఎందుకు వస్తుంది అంటే, తల్లితండ్రులైన ఆదిదంపతుల అనుగ్రహం ఉంటేనే. గ్రహ మార్పుల వలన మనలో మార్పు రాకతప్పదు. ఇంకోరకంగా జాతకం సుడి తిరగడం అంటే ఇదే. ఇవి మన చెడు కర్మలు కొంతవరకూ / పూర్తిగా అనుభవించడంతో ప్రాప్తించే 0 (zero) balance. అంటే మంచి కర్మలు పెంచుకోవడానికి పునాది.

ఈ process లో అప్పటివరకూ చేసిన or జరిగిన సంఘటనలు అన్నీ నెమరు వేసుకోవడం జరుగుతుంది. ఏమి చేయాలో... ఏమి చేయకూడదో, ఎవరిని నమ్మాలో... ఎవరిని నమ్మకూడదో, మనం చేసిన మంచి & చెడు కర్మలు తెలిసి వస్తాయి. విషయాలు వివరించబడడంతో, మనల్నిబాధ పెట్టిన వ్యక్తులను క్షమించడం ద్వారా మనం సంకెళ్ళనుండి విముక్తులం అవుతాము. మనసు

సద్రుశ్య

తేలికయి కుదుటపడుతుంది. పగలు, ప్రతీకారాలు, కోపం, తాపం, బాధ, దుఃఖం మనల్ని వదిలి పోతాయి. ఎదుటి వ్యక్తి మంచి వాడయితే మంచివాడిగా, చెడ్డవాడయితే చెడ్డవాడిగా గుర్తించి వారిని వారిలా అంగీకరిస్తాము.

ఇదే మనలో వచ్చే అద్భుత మార్పు.

ఇప్పటివరకూ పడిన కష్టాలు ఏవీ కష్టాలు కావు, అవి మన జీవిత బ్రతుకుదలకు నేర్చుకున్న పాఠాలు అని అర్థం అవుతుంది. తను తాను తెలుసుకోవడమే కాదు, ఎదుటి వ్యక్తిని కూడా తెలుసుకోవడంతో వారి వారి తప్పులను, ప్రవర్తనను సులువుగా అంగీకరిస్తాము, వారిని క్షమిస్తాము. వారిలోని తప్పులు గ్రహించి ఏకీభవించకున్నా శాంతం వహిస్తాము.

ప్రక్కవారి బాధ చిన్నదా, పెద్దదా అని బేరీజు వేయడం చాలా తేలిక, కానీ బాధ భరించేటప్పుడు దాని అనుభవం, మనసు పెట్టే క్షోభ అందరికీ సమానమే. అలా పడ్డ కష్టాలు ఎటువంటివి అయినా కావచ్చు. వాటినుండి ఏమి నేర్చుకున్నాము, ఏమి తెలుసుకున్నాము, నా వాళ్ళు ఎవరు, కాని వాళ్ళు ఎవరు అని తెలుసుకుని మసులుకొనే వాడే తెలివయిన వాడు.

ఇతరులకు కష్టాలు పెట్టేవానికి ఆ క్షణం గెలిచినట్లే అనిపించవచ్చు. కానీ అసలైన గెలుపు పడ్డ వారిదే.

సర్వం ఆ అర్ధనారీశ్వర ఏకత్వమే అని తెలిసినా, ఏకత్వంలోని భిన్నత్వాన్ని గుర్తిస్తున్నా... మార్పు తెలేని శక్తి, తెలివితేటలు లేక, జీవిత పరమార్థ గమ్యానికి ఎదురు చూస్తూ తల్లితండ్రుల ఆదేశానికై ఎదురు చూస్తున్నాను!

భద్రాచలం వెళ్ళాలని నా రాముని చూడాలని మనసు తహతహ లాడుతుంది.

భద్రాచలం: భద్రాచల రాముని దర్శించడం ఈ జన్మలో ఇదే మొదటి సారి.

ఎంతో ఆశతో వెళ్ళాను చూడాలని. ముత్యాలతో అలంకరించి ఉన్నారు ఆ రోజు. ఎంత ముద్దులొలుకుతూ ఉన్నారో... రామయ్య. సీతమ్మని భద్రంగా పొదివి పట్టుకోవడం చూసి ఒక్కసారిగా కళ్ళల్లో నీళ్ళు ఉబికాయి. కళ్ళు నీళ్ళతో నిండిపోవడంతో సరిగా చూడలేకపోతున్నాను, ఆనందంతో, బాధతో... ఇంకేదో గుర్తుకు వచ్చి. వారి నగలు కూడా దర్శించుకొన్నాను. అక్కడి నుండి చాలా బలవంతంగా తిరిగి వచ్చాను. నా ముందు జన్మలో ఈ ప్రదేశానికి నాకు ఎనలేని సంబంధం ఉంది.

నిన్నటి నుండీ left చెవిలో నీరు ఉన్నట్లు ఫీలింగ్. కానీ నీరేమీ లేదు. చాలా energetic గా ఉంది. ముఖ్యంగా తలపైన energy చాలా ఎక్కువగా ఉంది.

Year 2018, మొదటి book print చేసే సమయం వచ్చింది.

ఇంతకుముందు 3వ stage లో జరిగిన విషయాలు రాసుకోలేదు. కానీ అన్నీ గుర్తుకు ఉన్నాయి. వాటిని మళ్ళీ clear గా అర్థమయ్యేట్లు చెప్పమని అమ్మను కోరాను. నా ఉద్దేశం నేను ఈ book పూర్తి చేయాలంటే ఈ part ఏ అన్నిటికంటే చాలా అవసరం అని నాకు తెలుసు. అందుకే దీనికి సరి అయిన న్యాయం చేయాలని అమ్మను కోరాను.

ప్రొద్దుటే లేచేసరికి ఎంతో clarity వచ్చింది. రాత్రంతా నిద్ర లేదు. Around 4 am కు అలా పడుకున్నాను.

అక్కడ అంతా ఆడవాళ్ళే ఉన్నారు. స్నానం చేద్దాం అని వెళ్తుంటే ఒక చోట ఆకులు ఇస్తున్నారు. నేను వాటిని తినను. కానీ నా batch లోని వారందరూ దాన్ని ఇష్టపడతారు. వారి కోసం వాటిని తీసుకొని, నా బట్టల మధ్యలో పెట్టి తీసుకెళ్తుంటే, నేను ఎవరికోసం తీసుకొన్నానో వాళ్ళు ఎదురయ్యారు. అవి అన్నీ ఇచ్చేసి స్నానానికి వెళ్ళా.

గదులు గదులుగా కట్టి ఉన్న semi open showers అవి (మూడు వైపులా గోడ కట్టి ఒకవైపు & పైన open). అక్కడ ఉన్న shower on చేస్తే చాలా ఎత్తు

నుండి నీళ్ళు పడుతాయి. Shower on చెయ్యబోతూ పైకి చూశా. అల్లంత ఎత్తులో అక్కడి పాములందరికీ రారాజైన కార్తికేయ, కృతిక పైనుండి ఒక platform లాంటి దానిపైనిల్చొని చూస్తున్నారు. అసలు అంత పైకి ఎలా ఎక్కారో అర్థం కాలేదు. నిన్ను చూడములే అని చెప్పి దేనికోసమో వెతుకుతున్నారు. తన బిడ్డ కోసం వెతుకుతున్నారు అని అర్థం అయ్యింది.

Showers పక్కనే ఉన్న పెద్ద hall నుండి కేకలు వినిపిస్తుంటే తొంగి చూశా. పాము పాము అని అరుస్తున్నారు. అది ఒక poison పాముమంట. చంపేయమని అంటున్నారు, అక్కడ కిక్కిరిసినంత జనాలు గుమిగూడి ఉన్నారు. ఆ పాము నా shower లోకి వచ్చింది. ఎంత cute గా ఉందో. చాలా బుల్లి పాము అది. బుల్లి పడగకూడా ఎత్తిఉంది. Pure bright yellow color రంగుతో ఎంతో ముద్దుగా, చాలా అందంగా ఉండడంతో ముచ్చటేసి చూస్తున్నా దాని వంక. బోసినవ్వులు ఒలకబోస్తూ ముద్దుగా నవ్వుతుంది నావైపు చూస్తూ. కానీ నన్ను నేను prove చేసుకునే సమయం అది. అందరూ చంపేయ్, చంపేయ్ అని అరుస్తున్నారు. అది చాలా బుల్లి పాము, 3 inches కూడా ఉండదు. దానిని చంపడానికి ఏ మాత్రం మనసు ఒప్పడం లేదు. దానిని పెంచుకోవాలని మనసు ఎంతగానో పీకుతుంది. కానీ నన్ను నేను నిరూపించుకొనే క్షణం అది.

రారాజు, నువ్వు ఏ నిర్ణయం తీసుకున్నా పర్లేదు. నిర్ణయంనీదే అన్నట్లు నవ్వుతూ చూస్తున్నాడు, నా వంక అల్లంత ఎత్తు నుండి.

అందరూ చంపండి అన్నట్లు చూస్తున్నారు షవర్లో ఉన్న నన్ను. అది షవర్ గోడ మీద ఎక్కి, గాలిలో సాలెపురుగులా వేలాడుతూ ఊగుతుంది. అది చేసే పని ఎందుకో correct అనిపించలేదు. ఒక్కసారిగా నిర్ణయించుకున్న దానిలా పక్కనే ఉన్న నా కాలి చెప్పు తీసి ఆ ముద్దులోలికే బుల్లిపాముని కసికసిగా నలిపేసాను. ఇంకా కదులుతుంది. మళ్ళీ చెప్పు తీసి రుద్దేశాను. అయ్యో అలా

చంపేశానేంటి అని చాలా బాధేసింది. మనసు ఎంతో బాధతో మూలిగింది. కానీ నా పనిలో క్రూరత్వం ఉన్న దానిలా ఎంతో కసిగా దానిని నలిపేసాను.

నాకు పాములంటే ఎంతో ఇష్టం. అవి నన్ను చిన్నప్పటి నుండీ అనుక్షణం కాపాడుతూనే ఉన్నాయి. అలాటిది అంత నిర్దాక్షిణ్యంగా ఆ పసుపు పచ్చని ముద్దులోలికే పాము పిల్లని నలిపి చంపేశాను.

నా లక్ష్య సాధనకు నేను నా బిడ్డను వదులుకోక తప్పదు. నేను ఈ బిడ్డకోసం ఎన్ని పూజలు చేశానో, ఎన్ని IVF లు చేయించుకున్నానో, ఎన్ని ఇంజక్షన్లు పొడుచుకున్నానో, ఎన్ని నిద్రలేని రాత్రులు గడిపానో నాకే తెలుసు. నేను, ఈ మగబిడ్డ & Kevin నా పక్కనే నిల్చొని ఉండగా ప్రాణం వదలడం చూశాను ధ్యానం మొదట్లో. కానీ ఇప్పుడు స్వయంగా నా చేతులారా నేనే నా బిడ్డను చంపుకున్నాను. నేను ఈ భూమి మీదకు వచ్చిన లక్ష్యం వేరు. అందరిలా బిడ్డనుకని కాపురం చేస్తూ కుటుంబంతో ఆనందంగా ఉండటం నా లక్ష్యం కాదు.

ఒక మంచిపని జరగాలీ అంటే మనకు బాగా ఇష్టమయినదానిని వదులుకోవాలి. నాకు అతి ముఖ్యమయిన ఈ బిడ్డను వదులుకుని తీరాలి, నా లక్ష్యానికి చేరుకోవడానికి. ఇది అర్థం అయిన మరుక్షణం, నా మనసు మారక ముందే నా నిర్ణయాన్ని అమలు పరిచాను.

ఈ లోపు నా స్నానం ఎపుడయిందో...ఒక చెవి కమ్మ miss అయ్యుంది అని గమనించా. బట్టలు ఎలా వేసుకొన్నానో కూడా గమనింపు లేదు. బయటకు రాగానే అన్నపూర్ణ ఎదురయ్యుంది. అక్కడ రకరకాల బహుమతులు ఇస్తున్నారు అందరికీ. తాను తెచ్చినవి నాకు చూపిస్తోంది అన్నపూర్ణ. నేనూ వెళ్ళి వాటిలో నాకు నచ్చిన బహుమతులు చూసి తీసుకున్నాను.

ఒక పెద్ద లోయ, Grand Canyon లా ఉంది. అది లోయో or ఎత్తైన పర్వతాల మధ్య నేను ఉన్నానో తెలియదు. వెనక అగ్నిపర్వతం నుంచి వస్తున్న లావా

సద్రుశ్య

నన్ను వెంటాడుతుంది. నేను పరుగెత్తుతున్నా, అది నన్ను నా కంటే speed గా వచ్చి పరిగెడుతున్న నన్ను తాకి నిలువునా కాల్చేసింది.

అది exam hall. నేను కొన్ని కారణాల వల్ల అక్కడికి ఆలస్యంగా వెళ్ళాను. అన్ని తరగతులకూ ఒకేసారి exams. నేను డిగ్రీ. నా జత వాళ్ళందరూ చిన్న blue బుట్టలను తీసుకొని తోటవైపుగా మెట్లు దిగి వెళ్ళడం చూసాను. వాళ్ళు ఎగ్జామ్స్‌లో వచ్చిన questions కు సమాచారం సేకరించుకోవడానికి బయటకు వెళుతున్నారు అని అర్ధమయ్యింది. ఇంక నా జత వాళ్ళు అక్కడ ఎవ్వరూ లేరు.

నేను classes కు కూడా ఎప్పుడూ attend అవ్వలేదు. Textbook కూడా ఎప్పుడూ చూడలేదు. Questions ఎలా ఉంటాయో, answers ఎలా రాయాలో కూడా తెలియదు. నా జత వాళ్ళందరూ కూడా సమాధానాలు తెలుసుకోవడం కోసం బయటకు వెళ్ళడంతో కనీసం question paper అయినా తీసుకుందాం అని వెతుకుతున్నాను. అక్కడ ఎవరి పనుల్లో వారున్నారు. Principal Office కు వెళితే దొరకవచ్చు అని ఒక ఐడియా వచ్చింది. నేను కొత్త అవడంతో అది ఎక్కడుందో తెలీదు. ఒక చిన్ననాటి ఫ్రెండ్ కనిపిస్తే అడిగా. తానే తీసుకుపోతా అని, అయితే అతనేమీ మాట్లాడడు అని చెప్పి ఒక రూములోకి తీసుకుపోయింది.

అక్కడ ఒక యుక్తవయస్కుడు గుండ్రటి ముఖం, రింగుల నల్లని జుట్టుతో ఉన్నాడు. అతని పక్కన, ఒక బెంచ్ మీద తెల్లని జుట్టుతో, తెల్లని చీరలో ఉన్న ఒక బాగా పండిపోయిన పెద్దావిడని పడుకోబెట్టి ఉన్నారు.

నా ఫ్రెండ్ అతనికి విషయం చెప్పి, నన్ను అక్కడే వదిలేసి వెళ్ళిపోయింది. నాకు ఏమి చేయాలో అర్థం కాలేదు. ఆ యుక్తవయస్కుడి తల్లి ఆమె. ఆమెకు కప్పి ఉన్న తెల్లనిగుడ్డను తీసేసాడు అతను. ఆమె చనిపోయింది. కానీ పాల మీద సూర్యకాంతి పడితే ఎలా మెరుస్తుందో అలా తెల్లగా మెరిసిపోతుంది ఆమె. ఆ సమయంలో నా exam paper తనను అడగడం ఏ మాత్రం న్యాయం? అన్నది నా సమస్య. ఆ గదిలో నేను, తను, ఆ పెద్దావిడ మాత్రమే ఉన్నాము.

కానీ అవేవీ పట్టనట్లుగా ఆ వ్యక్తి నాకు సహాయం చేసే నిమిత్తం లోపలకు వెళ్ళాడు మౌనంగానే. నాకు ఆశ్చర్యంతో కూడిన బాధ.

ఈ లోప ఇద్దరు వ్యక్తులు వచ్చి కొన్ని Spices ని చూపిస్తున్నారు. అవి నాకు బాగా తెలిసిన spices. అవి ఏమిటో చెబుతున్నాను. వింత ఏమిటంటే అది ఒక ఎచ్చాల shop లా ఉంది. ఇంతవరకూ నేను దానిని గమనించక పోవడానికి కారణం ఆ spices అన్నీ ఒక పక్కగా ఎంతో అమూల్యంగా సీసాలలో సర్ది ఉన్నాయి.

అక్కడ ఉన్న ప్రతీ ఒక్కటీ నాకు తెలుసు. వాటిని ఎప్పుడు ఎలా వాడాలో కూడా వారికి చెబుతున్నా. చెబుతున్నా అంటే నిజానికి మేము ఎవరమూ ఒక్క మాట కూడా మాట్లాడుకోవడం లేదు. ఆలోచనలే మాటలుగా సాగిపోతున్నాయి.

అపుడు వచ్చాడు ఆ వ్యక్తి. అతనిని చూడగానే విషయం అర్థమయ్యింది. అతని చేతిలో ఏ question పేపరూ లేదు. ఇప్పటిదాకా జరిగినదే నాకు exam అని అతను చెప్పకనే తెలిసిపోయింది.

బయటకు వచ్చాను. ఎందుకో తల ఎత్తి పైకి చూశా. అక్కడ మేఘాల మీద projector తో movie వేస్తున్నట్లుగా కనిపించింది. పెద్ద పెద్ద బంగళాలు... Manhattan City లా ఉంది.

అందరూ కూడా అది చూస్తారని అప్పటిదాకా పెగలనిగొంతు, ఒక్కసారిగా పెద్దగా చెప్పాను. అటు చూడండి ఆ మేఘాల వైపు ఆకాశంలో అని.

అది అంతా ఆ school గురించే అక్కడ project చేసి చూపిస్తున్నారు.

నేను నా పెద్దక్క (శరీర) దగ్గరకు వెళ్ళి నాకు డిగ్రీ సర్టిఫికెట్ రావాలి, వచ్చిందా అని అడిగాను. లేదు, రాలేదు అన్నది. వాళ్ళు నాకు పాలు ఇచ్చారు, వాళ్ళనే

తోడి (పెరుగు కావడంకోసం) పెట్టి ఇవ్వమన్నాను. అది అయినా పంపారా అని అడిగాను. లేదు... అవునా నాకు తెలీదు అని చెప్పింది.

పక్క గదిలోకి వెళ్తే అక్కడ పెరుగు ఒక బకెట్లో ఉంది. అది నా కోసం వారు తయారు చేస్తున్నదే. కాకపోతే ఈ పెరుగునా పెరుగులోనుండి హడావిడిగా రెండు చేతులతో తోడి వేసుకొన్నది. అంటే దొంగతనం చేసిన పెరుగు. నేను ఏమీ మాట్లాడలేక పోయాను.

నేను సర్టిఫికెట్ తీసుకోవడానికి వెళ్తున్నాను, కలిసి వెళదాంపద అని ఇద్దరమూ ఆ office కు బయలు దేరాము. ఒక చోట సన్నని spiral మెట్లు కూడా దిగాలి. ఆ మెట్లు 3 భాగాలుగా విభజించబడి ఉంది. ఒక్కో భాగం ఒక్కో రకంగా డిజైన్ చేసి ఉన్నాయి. పెద్దక్క దిగలేదని తెలుసు. సరే...కొంత కష్టంతో తనకు సాయం చేసి తననూ తీసుకుపోయాను.

వాళ్ళు మమ్మల్ని కూర్చోమన్నారు. అది ఒక పెద్ద storeroom లా ఉంది. మూటలు మూటలుగా కట్టి పేర్చి ఉన్న certificates తో నిండిపోయి ఉంది అక్కడంతా. ఎన్నోయుగాల నుండీ ఉండిపోయిన పేపర్స్, dust కొట్టుకుపోయినట్లుగా ఉన్నాయి. లోపల కొంతమంది వంటవాళ్ళను కొంటా తిరుగుతున్నారు.

నా వంటి మీద ఎంతో విలువయిన diamond నగలు ఉన్నాయి. అక్కడికి వెళ్ళాక ఎందుకో అవి చాలా బరువనిపించింది. నా చేతిలో బ్యాగ్ ఏమీ లేకపోవడంతో పెద్దక్క తెచ్చుకొన్న బ్యాగ్లో నా చంద్రకాంత నగ, చేతిగాజులు, తల పిన్ను లాంటి పెద్ద గీగరం తీసి తన బ్యాగ్లో పెట్టాను.

అయితే అక్కడి రూల్ లాంటిది ఏమిటంటే, మన తోటి అంటే శరీరం తోటి వచ్చినవే, అంటే కేవలం మనం ధరించి వచ్చినవే మనవి. మిగిలినవి అక్కడ దొంగిలించబడతాయి. వాళ్ళు పరుగున వచ్చి పెద్దక్క bag ఓపెన్ చేశారు. పెద్దక్క తన bag లాగేసుకుంటుంది, వాళ్ళు తన bag చూడటం ఇష్టం లేక.

వాళ్ళు నా నగలను చూశారు కూడా. కానీ వాటిని ఏమీ కనీసం ముట్టను కూడా లేదు. నిజానికి నావి చాలా ఖరీదైన నగలు. పెద్దక్కవి కేవలం పిచ్చి పూసల గొలుసులు. అవి కూడా తాను దొంగతనం చేసి తెచ్చుకొన్నవి.

పక్క నుండి ఎవరో నన్ను త్వరగా నీ నగలు తీసి నువ్వు పెట్టుకో అన్నారు. నేను వాటిని పెట్టుకొన్నాను. హారం, చేతి గాజులు సులువుగా వేసుకున్నాను. గీగరంకు పిన్ను ఊడిరావడంతో అది మరలా తిరిగి పెట్టి పెట్టుకున్నాను. అది ఇంతకు ముందు ఉన్నంత perfect గా లేదు, కానీ బాగానేఉంది.

పెద్దక్క మాత్రం తన నగలు పెట్టు కోలేకపోతుంది. కారణం అవి తనవి కావు. దొంగతనం చేసినవి. అందుకే bag లో దాచుకు తెచ్చుకొంది. అవి అన్నీ వాళ్ళు బలవంతంగా తీసేసుకొన్నారు. అవి అన్నీ కూడా చాలా చిన్న చిన్న పిచ్చిపూసల నగలు. వాటిని అంత భద్రంగా ఎందుకు మోసుకొచ్చుకొంటుందో అర్థం కాలేదు నాకు.

మెలకువ వచ్చి విషయం అర్థమయ్యింది నాకు. పడుకొనే ముందు నేను అడిగిన ప్రశ్నకు లేచే సరికి జరిగిన, దొరికిన సమాధానం ఇది.

నా ప్రయాణం ముగియడానికి ఇంకా సమయం ఉంది. అందాక ఇంతకు ముందు తల్లితండ్రులకు మాట ఇచ్చినట్లు, రోజులో సగభాగం వారితో, సగభాగం ఈ భూమిమీద గడుపుతున్నాను. అర్ధరాత్రులు నిద్ర పట్టక బయట తిరిగి వస్తున్నాను. చిన్న చిన్న నగలు, ornaments చాలా దొరికాయి. అవి ఏవీ నావి కావు.

అక్కడ అందరికంటే పెద్ద యజమాని (యువకుడు, రింగుల జుట్టుతో) ఒకరున్నారు ఆ ఇంటికి.

నేను అలా collect చేసినవన్నీ ఆ ఇంటిలోనే ఉన్న, ఆ పెద్దమనిషి assistant లాంటి ఆవిడకు వాటిని అప్పచెప్పారు. ఆమె వాటిని చెక్ చేసి, అవి అన్నీ authentic నగలు అని చెప్పింది. అయితే నేను అర్ధరాత్రులు అలా ఒంటరిగా

బయటకు వెళ్లడం ఆమెకు చాలా ఆశ్చర్యం అనిపించింది. తనకు అలా బయటకు వెళ్లడం చాలా భయం అని చెప్పింది.

లేదు, రాత్రుళ్ళు బయటకు వెళ్ళడం అనేది చాలా ప్రశాంతంగా ఉంటుంది నాకు అని చెప్పాను.

అయితే నాకు దొరికిన వాటిల్లో బుల్లి కమండలం లాంటి ornament, కొన్ని రకరకాల ornaments తో కూడిన చైన్స్ ఉన్నాయి. ఒక chain అయితే రెండు chains ఒక దానికి ఒకటి లింక్ చేసి ఉంది. పొడవుగా ఒకే గొలుసుగా వేసుకోవడానికి. అది రెండు పెట్ల గొలుసు. అచ్చు అలాంటి గొలుసే ఈ శరీరాన్ని కన్న తల్లి నాకొకసారి చూపించి, ఇది నీ బిడ్డ కోసం నేను దాచాను. నేను అప్పటికి ఉన్నా లేకపోయినా ఇదొక్కటే నా దగ్గర ఉంచుతున్నా నీకు పుట్టబోయే బిడ్డకు నా కానుకగా, మిగిలినవి అన్నీ అందరికీ పంచేస్తున్నా అని చెప్పింది, ఒకసారి.

కానీ అమ్మ వెళ్ళిపోయాక, ఈ నగ గురించి పెద్దక్కనూ, చిన్నక్కనూ అడిగాను. మాకు తెలీదు, మేము చూడలేదు అన్నారు వాళ్ళు. ఈ నగ చూసిన వెంటనే ఆ నగ గుర్తుకు వచ్చింది.

అది అడిగి తీసుకుని వేసుకుందామా అనే ఆలోచన వచ్చింది. నిజానికి అన్ని నగలూ బాగున్నాయి. నాకు నాకుగా ఏదీ ఉంచుకోవాలని లేదు. నా కన్ను ఈ పెద్ద గొలుసు మీద పడినా అలా ఎందుకు ఆలోచిస్తున్నానో కూడా నాకు అర్థం కాలేదు. అది నా దగ్గర ఉన్నా దానిని నేను అలంకరించుకోను. ఒక్క క్షణం ఆమె చేస్తున్న పనిని చూశాను. పెద్ద magnifier తో ఆ నగల authenticity ని చెక్ చేయడంలో మునిగిపోయి ఉంది. ఇక నేనక్కడినుండి బయటకు వచ్చేశాను.

అది ఒక పురాతన గుడిలా ఉంది. అవి పాములే అయినా మనుషుల్లా ఉన్నారు. నేను, నాతో మరొకరు ఉన్నారు. అవి ఎంతో క్రూరంగా విషం కక్కుతున్నా... నాకు ఏ మాత్రం భయం లేకుండా తిరుగుతున్నా నేను.

ఇంక నేను అక్కడినుండి తిరిగివెళ్ళే time వస్తే వాళ్ళు ఉండు ప్రసాదం ఇస్తాము అన్నారు. సరే అని ఆగాను. వాళ్ళు రెండు అరటిపండ్లు ఇస్తారేమో అనుకుంటే... చాలా ఇచ్చారు. చేతుల నిండా అరటిపళ్ళే. చిన్నవి, పెద్దవి, పండువి, పచ్చివి అన్నీ ఉన్నాయి. నా చేతుల్లో పట్టలేనన్ని పండ్లు గుండెలకు ఆనించి పట్టుకొని ఒకసారి వాటి వైపు చూసాను. వింత ఏమిటంటే అవి అన్నీ జంటలుజంటలుగా ఉన్నాయి. పచ్చివి రెండు, పండువి రెండు, లేతవి రెండు, వడలి పోయేవి రెండు, పిందెలు రెండు... అలా అన్నీ రెండు రెండుగా ఉన్నాయి.

నేను చాలా ఎత్తులో నిల్చొని ఉన్నాను. నా శరీరం 3 భాగాలుగా ఉంది. ఎలా కనిపిస్తుంది అంటే... ఈ శరీరంలో నేను గాక ఇంకో ముగ్గురు కూడా ఉన్నారు. మా నలుగురితోపాటు శ్రీవారు కూడా నా పక్కనే ఉన్నారు తోడుగా. నాకు మహిమలు వస్తున్నట్లు తెలిసింది. దానికి తోడు నేను కోరుకున్న నలుగురు నాకు తోడుగా ఉన్నారు.

రోజూ ప్రొద్దుటే లేచాక సూర్యనమస్కారం చేసుకుని, సూర్యుని వైపు & అతని కాంతులు వెదజల్లే అనంత పుష్పం వైపు చూడటం అలవాటైపోయింది. గాలిలో శక్తి కణాలు చాలా స్పష్టంగా కనిపిస్తున్నాయి. వాటిని explain చేయడం కష్టం. నీటిలో బుల్లి పురుగులు or బుల్లి చేపలు కదులుతున్నట్లు / seamen లో live కణాలు fast గా కదులుతున్నట్లు... గాలిలో ఈ శక్తి కణాలు light లాంటి తలతో వేగంగా కదులుతూ వస్తున్నాయి పై నుండి / Sun నుండి. ఎంతో అద్భుతంగా ఉంది వీటిని చూస్తుంటే.

అది చాలా ఎత్తైన కొండ. సముద్రం పక్కనే ఉంది. అక్కడ అంతా పార్కింగ్ లాట్లా ఉంది. కొన్ని కార్లు కూడా అక్కడక్కడ పార్క్ చేసి ఉన్నాయి. నేను ఎందుకో మరి ఆ పార్కింగ్ లాట్లో పార్క్ చేయకుండా కొండ దగ్గరకు వెళ్ళి ఎత్తుగా ఉన్న గడ్డిమీదకు కూడా కారు ఎక్కించి కొండను చూస్తున్నట్లుగా అతి దగ్గరగా పార్క్ చేశాను ప్రస్తుతం నేను వాడుతున్న నా (Truck) వాహనాన్ని. అక్కడ రక రకాల వాహనాలు ఉన్నాయి.

 సద్రుశ్య

అది ఇల్లే కానీ, ceiling & roof లేని ఇల్లు. చాలా విశాలంగా, అందంగా... పూలతోటలా ఉంది. అక్కడకు చుట్టాలు (శరీర చుట్టాలు కాదు, ఆత్మ బంధువులు) అందరూ కూడా వచ్చి ఉన్నారు. ఆ ఫంక్షన్ ముఖ్య కారణం ఏమిటంటే... నాకు, లలితకు (అమ్మకు) కలిసి రాబోయే సంతానం కోసం. మా ఇద్దరకూ కలిసి సంతానం ఎలా పుడతారో నాకు తెలీడం లేదు. నా భర్త కూడా అక్కడే ఉన్నాడు. నేను సన్యాసం తీసుకున్నట్లు నాకు స్పష్టంగా తెలుసు. మరి నాకు సంతానం ఏమిటో అర్థం కావడంలేదు.

నాకు మరియు లలిత కోసం అని ప్రత్యేకించి వైన్ బాటిల్స్ పెద్దవి తెప్పించారు. నేను సన్యాసం తీసుకొన్నా, లలితతో సంతానం తప్పక కలగబోతుందని తెలుసు నాకు.

ఒకసారి నేను బయట పార్క్ చేసి ఉన్న ట్రక్కుని చూసుకుని వస్తాను అని అక్కడికి వెళ్ళాను. అక్కడ truck కనిపించలేదు నాకు. ఏమయింది అని దగ్గరగా వెళ్లాను. ట్రక్ కొండలోకి parallel గా చొచ్చుకుపోయి, ఇరుక్క పోయిఉంది పూర్తిగా. అది ఎలా జరిగిందో నాకు అర్థం కాలేదు. Truck keys కూడా నా దగ్గరే ఉన్నాయి.

వింత ఏమిటంటే truck కి ఏ మాత్రం damage లేదు. అది కొండలో పూర్తిగా mold అయిపోయినట్లు కలిసిపోయిఉంది. ఆ truck అంటే నాకు ఎంతో ఇష్టం.

ఒక్కసారిగా బాధ పొంగుకొచ్చింది. ఇంతలో ఒకామె వచ్చి ఆ truck తుడుస్తున్నట్లుగా చిక్కటి తేనె లాంటిది ఏదో ఆ కొండపైన పోసింది. ఆశ్చర్యం ఒక్క scratch కూడా లేకుండా కొత్త ట్రక్‌లా బయటకు వచ్చింది. ఆశ్చర్యంతో మరలా మా కోసం జరుగుతున్న పార్టీ వైపు వెళుతున్నా.

దారిలో ఒక పెద్దాయన తన ఇల్లు చూడాలంటే క్రిందిగా ఉన్న మెట్ల ద్వారా వెళితే ఒక టన్నెల్ వస్తుంది. దానిని దాటితే తన ఇల్లు చూడవచ్చు అని చెప్పాడు. ఎందుకో వెళ్ళి చూద్దాం అనిపించింది.

కొన్ని మెట్లు దిగాక వంగి వెళ్లగలిగినంత చిన్న tunnel ఉంది. సరే అని వంగి దాని లోకి ఎంటర్ అయ్యాను. చాలా చీకటిగా, చెత్తతో నిండి ఉంది అది. దూరంగా వెలుతురు కనిపిస్తే అటుగా వెళ్ళా.

అక్కడ కొద్ది మంది మగ వ్యక్తులు ఉన్నారు. తమ గిన్నెల్లో ఉన్న అన్నంలో, ఇంకో వ్యక్తి తన దగ్గర ఉన్న పెరుగు అందరికీ వడ్డిస్తూ ఉంటే, మిగిలిన వాళ్ళందరూ ఆ పెరుగు కలుపుకుని తింటున్నారు. వారి పక్కన చాలా చెత్త ఉంది. అయ్యో ఇక్కడ ఎలా ఉన్నారు వీళ్ళు అనిపించి, కాసేపు అక్కడ ఉండి వాళ్ళను చూశాను. అదేమీ పట్టనట్లుగా వాళ్ళు, వాళ్ళ దగ్గర ఉన్న moonlight వెలుతురులో ఎంతో ఆనందంగా భోజనం చేస్తున్నారు. వాళ్ళ ఆనందానికి ముచ్చటేసింది. ఎంతో తృప్తిగా ఉన్నారు వాళ్ళు.

వాళ్ళకు కొంచెం దూరంలో బయటకు దారి కనిపిస్తూ ఉండడంతో అటు వెళ్ళాను. అక్కడ ఒక బలమైన వ్యక్తి నిల్చొని ఉన్నాడు సముద్రం వైపు చూస్తూ. నా భర్త అతనే. తృప్తిగా నా కోసం జరుగుతున్న Party లో పాల్గొన్నా.

అది ఒక ఊరు. ఆ ఊరిలో చాలా గొడవలు జరుగుతున్నాయి. ఎక్కడ చూసినా రక్తంతో తడిసిపోతుంది. జన సంచారం కూడా లేదు. నేచర్ అంతా ధ్వంశం అయి ఉంది. ఇపుడు ఉన్న అందమయిన ప్రకృతి వెతికినా ఎక్కడా కనిపించడం లేదు. ఊరూరా వెతుక్కుంటూ వెళుతున్నాను మనుషులు కనిపిస్తారేమోఅని. ఆ ఊరి architecture చాలా బాగుంది, Barcelona లాగ. అక్కడ వెతికితే కనిపించారు కొంతమంది వ్యక్తులు. వాళ్ళు నన్ను చూసి సంతోషించారో లేదో కానీ వాళ్ళను save చేయడానికి అక్కడికి వెళ్ళాను వెతుక్కుంటూ.

ఆ ఊరిలో చాలా ప్రాణ నష్టం జరిగింది. లారీలల్లో మనుషులను పడేసి తీసుకు వెళుతున్నారు. లారీకి వెనక fence గా ఉన్న (side panels) box bed ని కలుపుతూ వాటి మీద నిచ్చెన లాంటి వాటిని అడ్డంగా కట్టి వాటిపైన కూడా మనుషులను వేసి తీసుకుపోతున్నారు. చనిపోయిన వాళ్ళు ఎవరో... బ్రతికి ఉన్నవారు ఎవరో తేడా తెలియడం లేదు.

ఇది ఫ్యూచర్లో జరగబోతున్నది.

విశ్వం అంతా నిండి ఉన్న నాదైన ఒక పూరేఖ పైన కూర్చున్నా. నివాసం ఏర్పరచుకున్నా. నా వంతుగా పని చేస్తూనే ఉన్నాను. అక్కడి నుండి అది చూడటానికి ఎలా ఉన్నదీ అంటే, ఒక పెద్ద హోమం జరుగుతున్నట్లుగా ఉంది. ఆ హోమానికి కావలసిన సమిధలను నా ఇల్లయిన ఆ పూరేఖ మీద నుంచే కూర్చొని అందిస్తున్నాను. ఆ హోమంలో నా వంతు శక్తిని వేస్తున్నాను. ఇంకో రకంగా చెప్పాలంటే, అక్కడ మధ్యలో ఒక playground లా ఉంది. దానిలో ఆడే ఆటగాళ్ళను నా ఇంటిలోనే కూర్చొని వీక్షిస్తున్నాను. Time ప్రకారం నాకు కావలసినవి అన్నీ అక్కడికే / నా దగ్గరకే అందించబడుతున్నాయి.

అల్లంత ఎత్తులో కూర్చొని, క్రింద ఆడే ఆటలను చూస్తూ ఉన్నాను. నా దగ్గర ఉన్న oil / ఇంధనం / సోమరసాన్ని గరిటెతో తీసి హోమం ఆరకుండా నిరంతరం నావంతు పోస్తూ ఉన్నాను.

అమ్మ ఇంటి ముందు garage ఎదురుగా నిల్చొని వున్నా. ఆకాశంలో తెల్లనిపెద్ద హంస ఒకటి ఎగురుతూ ఇటువైపు వస్తోంది. ఎంత అందంగా, ఎంత తెల్లగా వుందో. దాని పొడవాటి పెద్ద రెక్కలతో ఎంతో ప్రశాంతంగా హుందాగా ఎగురుతూ దగ్గరకు వస్తూ ఉంది. దాని తెల్లని ఈకలు రాలి నాపై పడుతున్నాయి. ఆ తెల్లని హంస నా దగ్గరకు వస్తున్న కొద్దీ తెల్లని వర్షంలా కురుస్తున్నాయి ఈకలు. తెల్లని ఈకలు కొన్ని నా పక్కనే ఉన్న చెట్టు మొదళ్ళలో పడ్డాయి, అవి నీకే అన్నట్లు చూస్తోంది హంస నా వైపు. అక్కడ ఏమి జరిగిందో చూద్దాం అని ఆ చెట్టు మొదలు దగ్గర కూర్చొని చూశా.

ఆశ్చర్యం అక్కడ Gold coins, వాటిపై లక్ష్మీదేవి, చాలా అందంగా పోతపోసినట్లు ఉంది. అవి నీకోసమే అన్నట్లు చూస్తూ నెమ్మదిగా హంస అదృశ్యం అవుతుండగా వాటిలో కొన్నింటిని తీసి చేతిలో పట్టుకొన్నాను. లేచి ఒక్క అడుగు ముందుకు వేసాను. పక్కనే ఉన్న చెట్టుమీద ఏదో ఎగిరినట్లు అనిపిస్తే తల ఎత్తి చూశా, కోతులు. అవి కోతులే కానీ మన కోతుల్లా లేవు.

వింత ఆకారంలో వున్నాయి. Body పొడవుగా వుంది. తోక మొదలు వెడల్పుగా వుంది. ఒక్కొక్క లోకంలో ఒక్కొక్క రకంగా వుంటాయనమాట కోతులు అనుకొని కొంచెం ముందుకు నడిచాను. అక్కడ కొంత ఇసుక ఉంది. దానిలో కొన్ని పాములు నల్లగా కాలిపోయి పడి ఉన్నాయి. వాటిని చూస్తే గుండె పిండేసినట్లు అనిపించింది. అవి పూర్తిగా bar-b-q అయినంతగా కాలిపోయి ఉన్నాయి. వాటి తలలు వెడల్పుగా Rattle Snakes లా ఉన్నాయి. ఒకప్పుడు పాములను తినాలని చాలా కోరికగా ఉండేది నాకు. ఇపుడు non-veg మానేశాను. వాటిని చూస్తే పాపం అనిపించింది కానీ తినాలని ఏమాత్రం అనిపించలేదు.

4 అడుగుల దూరంలో కొంచెం శబ్దం అయితే అటుగా చూసా. అక్కడ పెద్ద నెమలి పురి విప్పి అందంగా నాట్యం చేస్తోంది. ఎంత అందంగా వుందో. ఆ నెమలి ప్రక్కన రెండు పాములు పెనవేసుకొని నాట్యం చేస్తున్నాయి. ఎవరికి వారు ఆనందంలో తెలిపోతునట్లుగా, తన్మయత్వంతో మైమరచి పోయినట్లు కనిపిస్తుంది ఆ దృశ్యం. పెనవేసుకొన్న పాములు రెండూ ఒకటయ్యాయి. కుబుసం విడిచి సరికొత్త పాముగా బయటకు వచ్చింది. దానిని ఆర్తితో, ప్రేమతో చూస్తుండి పోయాను. ఎదో ఆనందం, ఎంతో తృప్తి. బాషకు అందనిభావం ఏదో చెప్పలేని అనుభూతి. ఎంత ప్రశాంతంగా వుందో.

దేవతల రూపం అదే అనిపించింది.

ఈ రోజు చాలా శక్తి వస్తూ వుంది. గుడికి వెళ్ళి లలిత చదువుకొందాం అని పొద్దుటే లేచి తలస్థానం చేశా, ఇంకా టైం ఉండడంతో iPod లో రుద్రంవింటూ, దానితో కళ్ళు మూసుకొని నేను శృతి కలుపుతున్నా. ఉన్నట్లుంది పెద్ద సుడిగాలిలా నా శరీరం twister లా తిరుగుతూ పైకి లేస్తోంది. చాలా fast గా శరీరం అంతా తిరిగిపోతోంది. ఇంతకుముంది రెండు సార్లు ఇలా జరిగింది. అది మొదటిసారి శివరాత్రికి నేను అమెరికాలో శివవిష్ణు టెంపుల్‌కి వెళ్ళి రుద్రం చదువుతుండగా ఇలా జరిగింది, రెండవసారి అమెరికా

ఇంటిలో ధ్యానం చేసుకొంటుండగా ఇలా జరిగింది. ఇది మూడవసారి. శరీరం స్పీడ్‌గా సుడిగాలిలా తిరుగుతున్నా రుద్రం మాత్రం ఆపకుండా పూర్తి చేశాను.

నా cousin brother birthday అని వాళ్ళు శ్రీశైలం వెళుతూ వదిన, నీకూ శివయ్య అంటే ఇష్టం కదా! నీవూ వస్తావా మాతో అని పిలవగా నేనూ వెళ్ళాను వారితో కలిసి. అక్కడ రుద్రాభిషేకం, కుంకుమ పూజ, రుద్రయాగం, చండీయాగం చేయించుకొన్నాను. మనసుకు చాలా తృప్తిగా ఉంది. గురుపౌర్ణిమ కూడా ఈరోజే కావడం విశేషం. గురువులయిన, తల్లితండ్రులయిన ఆ ఆది దంపతులు నాకు ఈ అవకాశం కల్పించినందుకు ఎంతో తృప్తిగా వుంది.

Infinity అనంతంగా నిండివున్న నాకు తరువాత ఎక్కడ చూసినా 8 యే కనిపిస్తుంది. 

కొన్ని నెలల నుండి శరీరం కొత్తగా ఉంది. ఏదో జరగబోతోంది. కొత్త శక్తులు రాబోతున్నట్లుగా ఉంది.

శక్తి అమ్మ నన్ను విమానం ఎక్కించుకొని కొత్త కొత్త ఊర్లు / పట్టణాలు తిప్పింది. అన్నీ ఎంతో అందంగా, ఆహ్లాదంగా ఉన్నాయి.

ఆ విమానం మన మామూలు విమానంలా లేదు. అది పుష్పక విమానం, ఎంతో విశాలంగా ఉంది. ఒకే పెద్ద Hall లా ఉంది. ఆ హాల్‌లో ఉన్న పెద్ద మోడ (recline అయ్యి relax అవ్వడానికి వీలుగా ఉన్న) మీద పడుకున్న. అక్కడి నుండి ఎత్తయిన ఎంతో అందమైన చెట్లు, లతలు, పువ్వులు మరెంతో ఆహ్లాదంగా కనిపిస్తున్నాయి.

నేను, అమ్మ, మరి కొందరితో కలిసి ఒక ఊరికి వెళ్ళాము. ఆ ఊరు ఈ కాలానికి సంబంధించినది కాదు. చాలా పురాతనమైనది. దానిని ఊరు అనేకంటే, ఒక Island అనడం correct. ఎంతో అందంగా, దేదీప్యమానంగా

వెలిగిపోతుంది. లోపల అంత వెలుగులతో నిండినా, చుట్టూ చీకటి. అది ఎలా ఉన్నదంటే ఒక పెద్ద stadium లో అర్ధరాత్రి games జరుగుతుంటే, lights వేస్తే ఎలా ఉంటుందో అలా ఉంది. అక్కడ అందరూ ఆడవాళ్ళే ఉన్నారు. ఉన్న వాళ్ళందరూ నాకు బాగా తెలిసిన వాళ్ళే. పెద్ద జాతర జరుగుతుంటే ఎలా ఉంటుందో అలా అందరూ ఆనందంగా enjoy చేస్తున్నారు. అక్కడ చాలా దుకాణాలు కూడా ఉన్నాయి.

గుర్తుగా ఏదైనా కొందాం అనుకున్నా, ఏదీ కొనలేకపోతున్న. చాలా వింతగా అనిపించింది. అక్కడ ఉన్నవన్నీ అందాలకూ, అలంకారాలకూ మాత్రమేనా అనుకుంటుండగా నా మనసులో మాట అర్థమయినట్లుంది వాళ్ళుకు. ఇవి కొనుక్కోవడానికి కాదు, నీకు ఏమి కావాలంటే అది తీసుకో అని చెప్పారు. నిజానికి నాకు ఏమీ అవసరం లేదు. అందుకే ఏమీ తీసుకోలేదు. కేవలం గుర్తుగా ఉంచుకోవడానికి మాత్రమే ఏమన్నా కొందాం అనుకున్నా. ఎందుకంటే, ఏదైనా కొత్త ప్రదేశానికి వెళ్ళినపుడు గుర్తుగా నాకు souvenir కొనడం అలవాటు.

ఈ మధ్య కొన్ని నెలల నుండి చాలా కొత్తగా ఉంది అంటున్నా కదా! అందులో ఒకటి ఏమిటంటే, నాలో నుండి ఏదో కోపంగా బయటకు రావడానికి ప్రయత్నిస్తుంది. అది విరుచుకు పడుతున్నట్లుగా, ప్రళయం వస్తున్నట్లుగా.

అది ఒక పురాతన / పాత పల్లెటూరు. అక్కడ ఉన్న ఒక పెద్ద పాత ఇంటి కిటికీలకు చాలా పలుచటి తెల్లని curtains ఉన్నాయి. ఆ విషయం అప్పుడే స్నానం చేసి బయటకు వచ్చాక గాని నేను గమనించలేదు. ఇంటి లోపల లైట్ వేసి ఉండటంతో బయటకు చాలా స్పష్టంగా కనిపించే అవకాశం ఉంది.

వెంటనే curtains చాటుకు వెళ్ళి లైట్స్ ఆపి రెడీ అయ్యాను. బయట కొంతమంది నిల్చొని లోపలికి చూస్తుండటం గమనించాను. ఈ లోపు అటుగా వెళుతున్న ఒక వ్యక్తి వచ్చి వాళ్ళు అంతేలే అంటున్నాడు.

 సద్రుశ్య

ఇంటి వెనక పెరటిలోకి వెళ్ళాను. నడుస్తుండగా తలకు పొడవాటి కాయలు తగిలాయి. అవి సొరకాయలు. కానీ కొంచెం సన్నగా, పొట్లకాయల్లా పొడవుగా ఉన్నాయి. ఆ మొక్క కూడా roof మీద మొలిచి ఆ కాయలు క్రిందికి వేలాడుతున్నాయి. అవి almost రెడీ గా ఉన్నాయి.

పెరటిలో ఇంటికి ఆనుకొని ఉన్నట్లుగా ఒక పెద్ద చెట్టుంది. ఆ చెట్టుకు రకరకాల కుండలు అతికించినట్లు ఆనించి ఉన్నాయి. అలా కుండలు వింతగా అతికించి ఉండడంతో ఆ చెట్టుని గమనిస్తున్నా. ఆ చెట్టులో ఒక పెద్ద ఆకారం ఉంది. అది ఒక కోతిలా ఉంది.

దానిని అక్కడ బంధించి ఆ కుండలు అలా పెట్టారు అని అర్థమయ్యింది. ఇంతలో ఎవరో పిల్లలు ఆడుకుంటూ వచ్చి ఆ కుండలను పగలగొట్టారు. అటుగా వెళ్తున్న ఆ ఊరివాళ్ళు పగలగొట్టొద్దు అని అరుస్తూ దూరంగా పరిగెడుతున్నారు.

ఆ ఆకారం చెట్టు నుండి బయటకు వచ్చి ఇంటి పైకి ఎక్కింది.

నేను బయటకు వెళ్ళే time అవ్వడంతో, beach వైపుగా వీధిలో నడవడం ప్రారంభించాను. ఆ దారి పక్కనే ఉన్న చిన్న కోతి పిల్ల నా చెయ్యి పట్టుకుని నడుస్తుంది. అదీ నాతో వస్తా అన్నట్లు.

ఆ చెట్టు నుండి విడివడిన పెద్ద కోతి ఆకారం గెంతుతూవచ్చి నా బుజాల మీద కూర్చుంది. అందరూ దానికి భయపడి ఇళ్ళ లోపలికి వెళ్ళిపోయారు. ఆ దారి నిర్మానుష్యంగా ఉంది.

నాకు ఏ మాత్రం భయం వేయలేదు. పై పెచ్చు చాలా హ్యాపీగా, అది నా బాధ్యతగా ఫీల్ అయ్యి, నీటివైపు నడవడం ప్రారంభించాను.

అమ్మ, నాన్న, వాళ్ళ ఇద్దరబ్బాయిలతో కలిసి నేనూ, నా భర్త విహారానికి వెళ్ళాము. అది helicopter లా ఉంది, కానీ ఏ సౌండూ లేదు. పైన రెక్కలు

కూడా లేవు. కానీ విశాలంగా, ఎంతో spacious గా ఉంది. అది ఒక వింత Zoo లా ఉంది. అన్నీ వింత వింతగా ఉన్నాయి. మేము ఎగురుతూ వెళుతున్న helicopter యే విశాలంగా, పెద్దగా ఉంది అనుకుంటే... నేను చూస్తున్నవి ఇంకా వింతగా అద్భుతంగా ఉన్నాయి.

మేము చెట్ల మధ్యలో ఎగురుతూ వెళుతున్నాము అనుకున్నా. ఆ చెట్ల మధ్యలో ఎగురుతున్నప్పుడు గాని నేను ఆవేమిటో గమనించలేదు. నేలకు ఆనుకుని ఉన్న తన తలను చాలా నెమ్మదిగా ఎత్తడం గమనించాను. అప్పుడు అర్థమయ్యింది అదేమిటో. దానికి చాలా కాళ్ళు ఉన్నాయి. అది అచ్చు కొమ్మలు కలిగిన పెద్ద చెట్టు లాగానే ఉంది. కానీ అదొక ప్రాణి. దాని కాళ్ళు చెట్టు మొదలులా, పెద్ద వృక్ష కాండంలా... నేల నుండి చాలా ఎత్తుగా ఉన్నాయి.

ఇంకో రకంగా చెప్పాలంటే రావి చెట్టు ఎత్తుగా పెరిగి కొమ్మలే విస్తరించి అవి కూడా కాండంతో పోటీపడుతూ భూమిలో పాతుకుపోతే... ఎలా ఉంటుందో అలా. వాటి మధ్యలో ఉండి ఎగురుతున్నప్పుడు హెలికాప్టర్ రెక్కలు ఆ చెట్టుకు తగులుతుందేమో అని తల ఎత్తి చూస్తుండడంతో అర్థమయ్యింది దానికి పైన helicopter కి ఉండవలసిన blades లేవని. అప్పుడు గమనించా, అది helicopter ఏ కాదు, అలాగే ఎగిరే మరొక విశాలమయిన విమానం అని. మరొక చెట్టుని దాటడానికి దగ్గరకు వచ్చినప్పుడు గమనించా...అది అసలు చెట్టే కాదు అని. అవి కంటికి కనిపించనంత slow గా కదులుతున్నాయి. నిశితంగా చూస్తే తప్ప తెలీదు.

వాటి క్రింద నుండి వెళుతున్నప్పుడు ఒక బుల్లి నల్ల పాము, ఒక మీడియం గ్రీన్ పాము (దానిమీద పెద్ద పెద్ద polkadots డిజైన్ ఉంది), ఇంకా చిన్న పురుగు జారి నా మీద పడ్డాయి. అవి నా మీద నుంచి జారి అంత ఎత్తు నుండి కింద పడితే దెబ్బ తగులుతుందేమో అని పట్టుకోబోయా, కానీ అవి నాకు hang అయ్యే ఉన్నాయి. అప్పుడు గమనించా నా ఎడమ పిరుదుల క్రిందగా ఒక బంగారు గొలుసు వేలాడుతూ ఉండడం. అదేంటి chain ఒక్క కానేఉంది అని

ఇంకో చేత్తో మెడ చూసుకొన్న. ఆ chain నా మెడకు చున్నీలా చుట్టి ఇంకో కొన ముందుకు, కుడివైపు వేలాడుతుంది.

ఇంతలో ఒక నీటి కొలను మీదుగా ప్రయాణిస్తున్నాము. నా మీద ఎక్కిన మూడింటినీ నేను జార్చాను అనేకంటే అవేజారి పడ్డాయి అనడం correct ఏమో. Safe గా ఆ నీటిలో పడ్డాయా లేదా అని మాత్రం నేను గమనించా.

దానికి దగ్గరలోనే మేమందరం కూడా దిగి రాళ్యమీద నడుస్తున్నాము. అప్పుడు గమనించా. తండ్రి చాలా పొట్టిగా ఉన్న mustard రంగులో ఉన్న skirt లాంటిది వేసుకున్నాడు. సన్నగా, పొడవుగా ఉన్నాడు. అది ఎందుకోనాకు బాగా నచ్చింది. అది నాకూ కావాలని అనిపించింది. అయినా తనెందుకు ఇలాంటి పొట్టి స్కర్టు వేసుకొన్నాడు అనుకున్న. అమ్మ వైపు చూశా. ఎంతో ప్రశాంతంగా నడుస్తోంది. తన బిడ్డల వైపు చూశా. ఇద్దరు చిన్న అబ్బాయిలు. ఇవేమీ పట్టనట్లు, వేసే అడుగును చూసుకొంటూ ఆ రాళ్యను దాటుకుంటూ నడుస్తున్నారు. నేనూ వాళ్యతో పాటే నడుస్తున్నా.

అది ఒక పెద్ద సముద్రం. నేనూ అక్కడె ఉంటున్నా, నా భర్తతో. ఒక అతను ముత్యాలతో గొలుసులు చేసి అక్కడికి తెచ్చాడు. సముద్రం మధ్యలోనే అయినా అది తెల్లని ఇసుకతో ఎత్తుగా ఉంది. Only పాదం మునిగేంత వరకే నీరు ఉన్న ప్రదేశం అది.

అక్కడకు తెచ్చాడు ఆ వ్యక్తి తెల్లని ముత్యపు గొలుసులను. అందులో ఒకటి నన్ను బాగా ఆకర్షించింది.

దానికి పొడవాటి (ఒక్కొక్క ముత్యం పొడవు కనీసం ఒక 3/4 అంగుళం అయినా ఉంటుంది) సన్నని ముత్యాలతో గుచ్చబడిన chain (ఒక ముత్యానికి, ఇంకొక ముత్యానికీ లింక్స్ వేసి ఉన్నాయి సన్నని తీగతో) ఉంటే, ఒక పెద్ద తెల్లని ముత్యం pendant గా ఉంది. ఆ pendant ఒక ball ని సగానికి cut

చేస్తే ఎలా ఉంటుందో అలా సగం అనమాట. అది ఆడవారి స్థనాన్ని పోలి ఉంది. నిపిల్లా మధ్యలో ఒక బుడిపెలా ఉంది. దాని నుండి క్రింది సగంకు అందమైన డిజైన్‌తో అలంకరించి ఉంది. ఒక net లా.

చూడడానికి ఎంతో అందంగా ఉంది. అది మెడలో వేసుకుంటే correct గా నా స్థనాల వరకూ వస్తుంది. అది నన్ను ఆకట్టుకోవడానికి కారణం అలాటిదే నాకు ఉండేది నా చిన్నపుడు. అది ఖచ్చితంగా నాదే అనిపించింది. కానీ దానిని చూసి చాలా బాగుంది అని చెప్పి ఆ వ్యక్తికి ఇచ్చేశాను. నగల మీద ఏ మాత్రం మొజు లేదు నాకు.

అమ్మను అడిగా, అంతా బాగానే ఉంది, ఇంతకూ నేను ఎందుకు భూమికి వెళ్ళవలసి వచ్చింది అని.

అది ఒక పురాతన, చాలా పెద్ద University. అక్కడ నేను already చదివి pass అయ్యి ఉన్నా. మరలా ఆ University ని తెలిసినవాళ్ళు కొనాలనుకోవడంతో చూద్దాం అని నేనూ వెళ్ళా.

Basement లో ఉన్న పెద్ద పెద్ద ప్రయోగశాలలు అన్నీ నీటిలో మునిగిపోయి ఉన్నాయి. అప్పట్లో తిరిగే dinosaur కళేబరాలు భూమి పై అక్కడక్కడ వాటి ఎముకలు బయటకు వచ్చి ఉన్నాయి. ఆ basement కు ఉన్న roof కూడా పూర్తిగా విరిగిపోయి, అది అంతా కనిపిస్తున్నట్లు ఒక ఎత్తైన bridge కట్టారు. దాని పైనే మేము ఎక్కి చూస్తున్నాము.

అక్కడి నీరు ఎవ్వరూ disturb చేసే వాళ్ళు లేకపోవడంతో చాలా క్లియర్‌గా basement లో ఉన్నవన్నీ కనిపిస్తున్నాయి. పెద్ద పెద్ద barrels ఉండి, వాటి నుండి పెద్ద పెద్ద పైప్స్ తోటి మరొక బారెల్స్‌కు connect చేయబడి ఉన్నాయి. ప్రయోగశాలలు నీటిలో ఉన్నాయనేగానీ ఏ మాత్రం చెక్కుచెదరలేదు.

కొన్ని స్వల్ప repairs తో మరలా యధాస్థితికి తేవొచ్చు అన్న ధైర్యం వచ్చింది. ఆ నీటిలో పెద్ద పెద్ద పాములు కూడా తిరుగుతున్నాయి.

సరే నేను ఉన్న room చూద్దాం అని అటుగా వెళ్ళాను. అక్కడ కొన్ని మార్పులు జరిగినట్లుగా కనిపిస్తున్నాయి.

సరే ఈ పూటకు వెళ్ళి మరలా వద్దాం అని, (ఆ University ని కొని అక్కడ ఉన్న కళేబరాలను కూడా museum లో పెడితే అందరికీ తెలియడమే కాకుండా బోలెడు డబ్బు వద్దన్నా వస్తుంది, అనిపించింది) తెచ్చిన బండి ఎక్కి నాకు తెలిసిన దారి గుండా వెళుతున్నాము. అక్కడి వాళ్ళు ఇటుగా దారి లేదు ఎక్కడికి వెళ్తున్నారు? ఎలా వెళతారో చూస్తాం అన్నట్టు మా వైపు వింతగా చూస్తున్నారు.

ఒక రకంగా వాళ్ళు అనుకొంటున్నది కూడా నిజమే. అది అందరికీ తెలిసిన దారి కాదు. కానీ నాకు ఎప్పటి నుండో తెలిసి ఉండడం మూలాన ధైర్యంగా ముందుకు వెళ్ళిపోయాము. అక్కడ రోడ్డు అంతా కూడా వింత వింత మొక్కలతో నిండి ఉంది. నిజానికి అటుగా వెళ్ళడానికి అందరూ భయపడతారు. కానీ నాకు బాగా తెలిసింది అవడంతో ధైర్యంగా ముందుకు వెళ్ళాను.

నేను యదార్థాన్ని మాత్రమే అందిస్తున్నాను. దీని అనువాదం మీ తెలివితేటలకే వదిలేస్తున్నాను.

అమ్మ, నాన్న దగ్గరకు వెళ్ళాను. స్వచ్ఛమయిన తల్లిపాలతో చేసిన స్వీట్స్ ఉన్నాయి. చాలా రుచిగా ఉన్నాయి. రెండు రోజులు వాళ్ళుదగ్గరే గడిపి వచ్చాను.

Fiber optic wire నుండి light transmit అయితే ఎలా ఉంటుందో, అలా నా తలవెంట్రుకలు నుండి energy current shocks లా వచ్చి నుదురు, మెడ, మొఖం తాకుతూ ఉన్నాయి. ఈ రోజు ధన త్రయోదశి & మాసశివరాత్రి.

North న ఉంటున్న కుబేరుడు నాకు కావలసింది రాసుకొమ్మని ఒక note-book ఇచ్చాడు.

ఈ రోజు నన్ను ఒక పరిగెడుతున్న బండి మీదకు పంపించి "What is Meditation? అని అడిగారు. వీళ్ళందరూ ఇలా పరిగెడుతున్నారు, నేను వీళ్ళకు ఏమి చెప్పాలి? చెప్పినా వినే స్థితిలో వీళ్ళు ఉన్నారా? అని బాధేసింది. ఇదేమి సంకట స్థితి అని ఆశ్చర్యంగా అలా ఉండిపోయాను. ఎవరు విన్నా వినకపోయినా నా భాద్యతను నేను పూర్తి చేసుకునే వెళతాను.

Energy చాలా strong గా ఉంది. తలపైన & forehead మీద. చేతి వేళ్ళ మధ్యలో తిమ్మిరి తిమ్మిరిగా ఉంది ఒక వారం నుండి. పెదాలు చేదుగా ఉన్నాయి కొద్ది రోజులనుండీ. చెవుల్లో sound చాలా strong గా high pitch లో వినిపిస్తుంది.

స్నానం చేద్దామని కళ్ళు మూసుకొంటే విష్ణుమూర్తిలా కనిపించారు. ఏమిటి ఈ రోజు ఈయన దర్శనం ఇచ్చారుఅనుకొన్నా. అభిషేకం చేద్దామని ready చేసుకొంటుంటే, ఒక పెద్ద బాతులా కనిపించింది backyard లో. అది బాతేనా అని చూస్తుంటే, ఎగిరి fence మీద కూర్చుంది. అపుడు అర్థమయింది అది పెద్ద గద్ద. కాసేపు కూర్చొని వెళ్ళిపోయింది. ఈ రోజు విష్ణుమూర్తికి కూడా అభిషేకం చేయాలనిపించి చేశాను.

ఈ రోజు ఒక పెద్ద Green పాము కనిపించింది. దానిని ఎంత నెట్టినా వెళ్ళిపొమ్మని అది వెళ్ళడం లేదు. కర్రతో నెట్టేస్తున్నా దూరంగా. మళ్ళా కర్రను కూడా నెట్టుకొంటూ నావైపే వస్తుంది. ఒక చెట్టు లాంటి దానిమీద వేసి ఆ చెట్టుని window లో నుండి బయటకు పెట్టాను, గోడెక్కి వెళ్ళిపోతుందని. Almost వెళ్ళిపోయింది అనే అనుకొన్నా. ఆ చెట్టు మానుకే చుట్టుకొని ఉంది ఇంకా.

కొబ్బరి బోండం కోసం చూస్తుంటే ఒక వింత కొబ్బరిబోండం దొరికింది. ఆ కొబ్బరిబోండం పైన thick green noodles లాటిది ఒక మొక్కలా ఉంది. చాలా interesting గా అనిపించి దానిని తీసి పట్టుకున్నాను.

 సద్రుశ్య

మొత్తం మంచి bright green color లో ఉంది. క్రింద (వేళ్ళు వచ్చి ఉన్నాయి. పైన fresh & bright green చెట్టులా ఉంది. ఆ చెట్టు చాలా అందంగా ఉంది. అది కొబ్బరిచెట్టు కాదు. Green nerve system లా Green కొమ్మలు. ఆ కొమ్మలు నాగ పుష్పం పైన ఉండే eyelash hair లా ఉంది. లేతగా అందంగా ఉంది. మధ్యలో రెండు గ్రీన్ కొబ్బరి బోండాలు. ఒకదానిపై ఒకటి పెట్టి attach చేసినట్లుగా ఉంది. ఎలా attach చేశారు వీటిని అని గమనించా. ఆ రెండింటిని attach చేసిన దగ్గర soft గా ఉంది.

మెత్తగా ఉందేంటి అని చుట్టూ తిప్పి చూశా. అపుడు అర్థం అయ్యింది. ఆ రెండింటినీ attach చేయడానికి ఒక bright green పాము చుట్టుకొని ఉంది.

ఒక కొత్త family దొరికింది నాకు. అక్కడ (ప్రేమ, ద్వేషం, కోపం లాంటి feelings ఏమీ లేవు. అంతా ఒక ప్రశాంతత. అక్కడ నువ్వు ఎక్కువ, నేను తక్కువ అన్న బేధం లేదు. అందరూ సమానమే. అంతా ప్రశాంతమయిన నిర్మలమైన ఆనందం తాండవిస్తోంది. నాన్న figure వెళ్ళి ఒక చోట కూర్చున్నారు. ఒక్కొక్కరుగా ఆయన పక్కకు, వడిలోకి చేరాము. ఫొటో కూడా తీయించుకొన్నాము.

ఈ రోజు చాలా energetic గా ఉంది. తల పైన & కుడి చెవిలో.

Backyard నిండా రాబందులు. Kevin ని పిలిచి చూపించాను. అక్కడ ఏదో animal చనిపోయి ఉంటుంది. అందుకే ఇవి వచ్చాయి అంటున్నాడు. కానీ నిజం నాకు తెలుసు, నవ్వి ఊరుకున్నాను. నేను వద్దంటున్నా వినకుండా Kevin, backyard కు వెళ్ళి చనిపోయిన animal కోసం అంతా తిరిగి చూస్తున్నాడు. Kevin backyard లో తిరుగుతుంటే అవి (ప్రక్కకు తప్పుకుంటున్నాయి కానీ, వెళ్ళిపోవడం లేదు. వాటిని తరుముతున్నాడు. అవి ఎగిరి fence మీద వాలుతున్నాయి గానీ ఇంటిని వదిలి వెళ్ళడం లేదు. అంతా తిరిగాను. అక్కడ ఏ animal చనిపోలేదు అంటున్నాడు. అలా వరుస పెట్టి 3 to 4 days అలా గుంపులు గుంపులుగా వస్తూనే ఉన్నాయి.

ఒక Urn/Jar కనిపించింది. అది ashes తో కూడా నింపబడి ఉంది. అది నాకు ఇవ్వబడింది!

ధ్యానంలో నా మీద కురిసిన శక్తి ప్రవాహం తండ్రి తలపై ఉన్న గంగమ్మ అని అర్ధమయ్యింది. కాశీకి వెళ్లి గంగమ్మకు ఏమన్నా ఇవ్వదలిస్తే మనకు ఎంతో ఇష్టమైన దానినే ఇచ్చుకోవాలి.

గోదావరి అమ్మను కలిసి వచ్చాను.

నేను వచ్చిన విషయం slow గా మర్చిపోతున్నానా అని అనిపిస్తుంది. ఒకసారి పొందిన "Bliss" ను మళ్లీ పొందగలగాలి. తల్లితండ్రులతో మాట్లాడగలిగిన అదృష్టం రోజూ కావాలి. ఎన్ని జన్మలు ఎత్తవలసి ఉన్నా వారిని తెలుసుకుని పట్టుకోగలిగిన శక్తిని సంపాదించాలి. తల్లిదండ్రుల ద్వారా సంక్రమించగలిగిన ఆస్తిని మరికొంత సంపాదించగలగాలి. వాళ్ళ ప్రేమను పొందాలి. ఈ తపన ఈ శరీరాన్ని వదిలినా ఎప్పటికీ నాతోనే ఉండాలి.

నా శరీరం పైన మరలా తెల్లని పొగ వస్తుంది. చాలా శక్తి body లో accumulate అవుతుంది. ఈ రోజు చంద్రుని దగ్గరకు వెళ్లే ఆఫర్ వచ్చింది. ఆనందంగా ఒప్పుకున్నాను. తృప్తిగా విమానం ఎక్కి exciting గా కూర్చున్నా. చంద్రమండలం చేరుకున్న.

యమునమ్మ ఆనందంతో, చిరునవ్వులతో పారుతూ ఉంది. ఎవరి పుట్టుకకు కారణమైన బాధ్యతలు వారు నిర్వర్తిస్తున్నారు. మరి మనిషి పుట్టుకకు కారణమైన బాధ్యత ఏంటి? ఏ బాధ్యత లేకపోవడం.. శరీరం శాశ్వతం కాకపోవడమేనా? తన ఉనికి, తానెవరో తెలుసుకోవడమేనా? ఇది సరిపోతుందా? నాకు దీనితో తృప్తి ఉంది, కానీ సంతృప్తి లేదు. ఇంకా ఏమి సాధించాలి?

ఈ రోజు మొదటిసారి శ్మశానంలో కూర్చొని meditation చేశాను. ఈ రోజు

కృత్తికా నక్షత్రం కావడమో or రేపు అమావాస్య కావడమో... కారణం ఏమయినా energy చాలా ఎక్కువగా ఉంది.

కాంతివంతమైన రంగుల తరువాత ఒక శక్తివంతమైన tunnel ఓపెన్ అయ్యింది. అది ఎంతో energetic గా ఉంది. అలాటి టన్నెల్ ని చూడటం ఇదే మొదటిసారి. ఆ శ్మశానంలోని కొన్ని Souls ఒకదాని తర్వాత ఒకటిగా ఆ టన్నెల్‌లోకి వెళుతున్నాయి. నా ద్వారా వాటికి విముక్తి కలిగినందుకు, తృప్తిగా అనిపించింది. Tunnel లో చాలా వెలుగు ఉంది. చాలా స్పీడ్‌గా spin అవుతుంది ఆ tunnel. It's Amazing!!!

అమ్మ నా దగ్గరే ఉంది. నా దగ్గర డబ్బులు నిజంగానే చెట్లకు కాస్తున్నాయి. కానీ ఈ డబ్బుని నేను ఉపయోగించుకోవడం లేదు.

Solution: 208.45

కొన్ని years క్రితం వచ్చిన పిట్టలు మరలా వస్తున్నాయి. నేను ఎక్కువగా ఫామిలీ రూములోనే గడుపుతున్నాను. ఈ రూముకు పెద్ద sliding glass door ఉంది, బయట కూర్చోడానికి sit out porch ఉంది, దాని చుట్టూతా screen fence ఉంటుంది. ఈ పిట్టలు ఇంతకు ముందులా వచ్చి ఈ glass door ను కొట్టలేవు. ఇంటివెనక ఉన్న మామిడిచెట్టు మీద వాలి, కాసేపు ఉండి తుర్రుమంటున్నాయి. ఈ మధ్య 111 లు బాగా కనిపిస్తున్నాయి.

Canal dock మీద కూర్చున్నపుడు నీటిలో నుండి విపరీతంగా గాలిబుడగలు పైకి రావడం చూసి నా మొట్టమొదటి జన్మ గుర్తుకు వచ్చింది. నా జన్మలు ఒక్కొక్కటిగా గుర్తుకు వస్తున్నాయి. అప్పటికే అన్నీ తెలిసి ఉండడంతో ఏవిధమయిన ఫీలింగు లేదు నాలో. భూమిపై నల్లవి ఏవోనావైపు పాక్కుంటూ fast గా వస్తున్నాయి. త్వరలో నేను చనిపోతున్నట్లు తెలుస్తుంది. Date & Time కూడా fix అయిపోయింది. Kevin కు కూడా నేను పోతే ఏమి చేయాలో గుర్త చేశాను.

అపుడపుడు పాములు వచ్చి ఈ screen fence గుండా లోపలకు రావడానికి నానా తంటాలు పడి ప్రయత్నిస్తున్నాయి. కానీ పెద్ద పాములు పక్కింటికి, మన ఇంటికి ఉన్న fence కూడా ఎక్కి మరీ మన ఇంటిలోకి వస్తున్నాయి. ఒక బుల్లి పాము పిల్ల అయితే screen door తలుపు సందులలో దూరి లోపలకు కూడా వచ్చేసింది. నేను దానిని చూస్తూ వీడియో కూడా తీశాను. అది ఎంతో ముద్దుగా cute గా ఉంది.

ఈ రోజు చాలా అందమయిన Green Catterpillar ని చూశాను. దానిమీద ఉన్న pattern కూడా ఎంతో అందంగా perfect గా ఉంది. దానిని చూస్తుంటే తలభాగం తోకగా, తోక భాగం తలలా కనిపిస్తుంది. తెల్లని కొంగలు, రకరకాల పిట్టలు canal కు వస్తున్నాయి. రోజూ కాసేపు backyard లో కెనాల్ దగ్గర గడుపుతున్నాను.

ఇపుడే వర్షం వచ్చి, అందమయిన RAINBOW ఏర్పడింది. ఇపుడు ఎక్కడ చూసినా 108 లే కనిపిస్తున్నాయి. వర్షం రావడంతో American white Ibis పక్షులు వచ్చాయి. మామూలుగా ఇవి వచ్చి కాసేపు ఉండి food తిని వెళ్ళిపోతాయి. కానీ ఈ రోజు అలా కాదు. రోజంతా backyard లోనే ఉన్నాయి. భోజనం చేయడం అయ్యాక కూడా fence ఎక్కి కూర్చున్నాయే తప్ప వెళ్ళలేదు.

అసలు ఈ రోజు నాకేమయ్యింది అన్నది మరోసారి మీకు అర్థమయ్యే భాషలో నేను చేసింది చూసింది చెబుతా. ఈ ధ్యానం అంటే ఏమిటో అది ఎలా ఉంటుందో, ఎలా చేయాలో, దానికీ మనకీ ఉన్న సంబంధం ఏమిటో అర్థం అవుతుంది.

నాకు వచ్చిన ఒక ఆలోచన ఏమిటంటే నేను రెండవ బుక్కు రాయడం మొదలు పెట్టాలి, అన్నీ గుర్తున్నా ఎలా ప్రారంభించాలి అన్న లింకు కోసం wait చేస్తున్నా. నా cousin ఇడ్లీ recipy link పంపితే నేను అది open

చేయాలనుకుని ప్రయత్నించి ఇంకో link కు attract అయ్య దానిని study చేయడం మొదలెట్టాను.

అనుకోకుండా నా mind లో ఒక ప్రశ్న తలెత్తింది. శివునికి, గంజాయికీ ఉన్న సంబంధం ఏమిటి? అని. దీనికి జవాబు practical గా తెలుసుకోవడానికే నెమో, నాకు తెలీకుండా గంజాయితో చేసిన candy తిన్నాను. కొన్ని నెలల క్రితం Kevin ఫ్రెండ్, గంజాయి candy try చెయ్యమని తనకు ఇచ్చాడు. Kevin taste చేసి, నాకు ఇది నచ్చలేదు. నీకు కాలావంటే try చెయ్యి అని kitchen counter మీద పెట్టాడు. ఆ క్యాండీ కొన్ని నెలలనుండీ అక్కడే ఉంది.

ఈ విషయం నేను పూర్తిగా మర్చిపోయాను. ఆ రోజు కారంగా ఉన్న food తినడంతో నోటిని కొంచెం తీపి చేసుకుందాం అని ఒక candy ని లటుక్కున తీసి నోట్లోవేసుకుని చప్పరిస్తున్నా. ఈ లోపు Kevin ఇంటికి వస్తే, నీ candy ఒకటి తిన్నా అన్నా. How you feeling అని అడిగాడు. I'm ok, why you ask అన్నా. You know what that candy is అన్నాడు. అప్పటికి గానీ నాకు గుర్తుకు రాలేదు.

ఈ క్యాండీ అందరికీ ఎలాటి అనుభవం ఇస్తుందో తెలీదు. నాకు మాత్రం body చాలా alert గా ఉంది. ధ్యానంలో ఎలా alert గా ఉంటానో దానికి 4 వంతుల రెట్లు అలెర్ట్‌గా వున్నా. ఏమన్నా అనుభవాలు కలిగితే రాయాలి అని కూర్చున్నా.

ఒక్కసారిగా వొళ్ళంతా వేడెక్కి నా ఆలోచనా తరంగాలు నా కంటికి కనిపించడం మొదలయ్యింది. అవి ఒక నిచ్చెనలా రెండు పొడవాటి తీగెలు పెనవేసుకున్నట్లు ఉంటే, వాటిని కలుపుతూ మరొక ఆలోచన ఆ రెండింటికీ సమాధానం చెబుతున్నట్లు, వాటికి ఉన్న సంబంధాన్ని గుర్తు చేస్తున్నట్లుగా ఆ రెండింటినీ పట్టి ఉంచుతుంది.

అప్పుడు అర్థమయ్యింది నాకు, ఇంతకు ముందు పురుగుల ఆలోచనలు, చెట్లతో కబుర్లు, పక్షుల మనసులోని మాటలు, జంతువుల మాటలు, మనుషుల ఆలోచనలు నాకు ఎలా అర్థం అయ్యాయో. ఇపుడు కూడా నా ప్రక్కనే కూర్చున్న Kevin ఆలోచనలు వినిపించడంతో తన వైపు చూసి అర్థం చేసుకున్న నిజం ఇది. Kevin వైపు తిరిగి, Did you say something? అంటే No అన్నాడు. Did you just think ... this అని అడిగితే Yes అన్నాడు.

ఈ DNA ప్రతీ ఒక్కరిలోనూ అంటే ప్రతీ living being లోనూ ఒకేలా ఉంటుంది. మన శరీరంలో బంధింపబడిన ప్రకృతి తిరిగి ప్రకృతిలో పూర్తిగా మమేకం అయినపుడు, మనలో ఉన్నదీ, మనం చూసేదానిలో ఉన్నదీ, అణువణువునా నిండి ఉన్నదీ ఒక్కటే అని అర్థం అవుతుంది.

అది ఎలా సాధ్యపడింది అంటే, ఇపుడు నేను నిన్ను చూసినపుడు నువ్వ మనిషివి అని గుర్తించి నీతో మాట్లాడతా కదా! అచ్చు అలానే ... నాలో ఉన్నది, నీలో ఉన్న దానిని గ్రహించి మనసు ద్వారా కమ్యూనికేట్ చేసుకోగలుగుతాము. అందువల్లనే నన్ను నేను గుర్తించి చూసుకోగలిగిన నేను ఇతర ఆత్మలను కూడా చూడగలుగుతున్నాను. వాటితో మాట్లాడగలుగుతున్నాను. వాటి స్పర్శను అనుభవించగలుగుతున్నాను.

నా ఆలోచనలు ఎలా కనిపించాయో చూపిస్తే మీకు అసలు విషయం అర్థం అవుతుంది. ఇదీ కూడా ఒక సాలెగూడువంటిదే.

ఇలా ఉన్నాయి నా ఆలోచనా తరంగాలు. ఇది మనం పిలుచుకునే DNA లాటిది. మన ఆలోచనా vs మనం చేసే పని vs మనకు వచ్చే ప్రతిఫలం. మనం చేసే ప్రతి పని ఇదే నిర్ణయిస్తుంది. ఎలా చేయాలో, ఎలా చేస్తే మనం అనుకున్న, మనకు కావలసిన

సదృశ్య

పని ఎలా నెరవేరుతుందో. కాకపోతే ఈ మూడింటికీ ఉన్న లింకు ఒక్కటై ఉండి match అవ్వాలి. ఆ matching అనేది ఒక్క ధ్యానమే చేస్తుంది. తనువు, మనసు, ఆలోచనలు ప్రశాంతంగా ఉంచుకోవడం. ఈ మూడు ఒకే రేఖ లో ఉంటే ధ్యాన ప్రక్రియ సులభం. అదే నేను ఇంతకు ముందు చెప్పాను. ఏ ఆలోచనా లేని స్థితికి ముందుగా చేరుకుంటే ఈ ధ్యానం చాలా easy అని.

నన్ను ఈ ప్రశ్న చాలా మంది అడిగారు. ఎలా అంత సులువుగా ధ్యానం చేయగలిగావు అని. వారికి నేను చెప్పిన సమాధానం కూడా ఇదే. ఆలోచనలు లేని, రాని స్థితికి చేరుకుంటే ధ్యానం ఈజీ అని.

మా గురువుగారు ధ్యానంలో ఏమీ ఆలోచించకూడదు అన్నారు అని కొద్దిమంది నాతో అన్నారు. అది కూడా తప్పే. మనకు వాసన, రుచి తెలియకపోతే అసలు ఆకలే ఉండదు. ఇదీ అంతే. ఏ ఆలోచనా రానీయకుండా, వచ్చిన ఆలోచనని ignore చేస్తూ ఉంటే, ఇంక ధ్యానంలో కూర్చుని ఏమి చేయాలి? కూర్చుని నిద్ర పోవాలా? కాదు, కానేకాదు. ధ్యానం అంటేనే తప్పొప్పుల బేరీజు. మనం ఈ శరీరంతో జన్మ తీసుకున్న క్షణం నుండీ అప్పటిదాకా చేసినప్రతీ పనీ నెమరు వేసుకుంటూ చేసిన మంచిని, చెడును గమనించుకుంటూ వచ్చిన శేషం "0" అయితేనే ముందుకు వెళ్ళగలము.

కానీ మనిషికి కోరికలు ఉన్నంత కాలం ఆలోచనలను ఆపలేము. అవి ఆగాలి అంటే తనకు ఉన్న కోరికలు సక్రమమయినవి అయితే త్వరగా తీర్చేసుకోవాలి. బాధలు ఉంటే ఆలోచనలను ఆపలేము. ముందుగా ఎందుకు బాధపడుతున్నామో అర్థం చేసుకోవాలి. దానిని ఎలా అధిగమించాలో ఆలోచించి అవలంభించాలి. బాధ్యతలు ఉంటే ఆలోచనలను ఆపలేము. అందుకే మోక్షం కావాలి అనుకునేవారు అన్నింటినీ వదిలేసి సన్యాసం స్వీకరిస్తారు. ఇది సాధ్యపడనివారు, భాద్యతలను నిర్వర్తిస్తూ భక్తిమార్గంలో గానీ or వాటిని త్వరగా ముగించుకొని ధ్యాన మార్గంలో గానీ అడుగుపెట్టాలి.

ఇది అంతా సాధ్యమేనా అంటే YES! నాకు జరిగిందిగా. ఇది ఎలా సాధ్యపడింది నీకు అంటే నా మనసు చెప్పేమాట నేను వినడం ద్వారా. ఏ ఆలోచనా లేకుండా, ఏ problem లేకుండా ఒక రోజు వస్తుందని నేను ఊహించనుకూడా లేదు. ఆ రోజు ఎలా వచ్చింది అని చెప్పేకంటే... అసలు నా problems ఏమిటి? అవి ఎలా solve అయ్యాయి అని తెలుసుకోవడంలోనే interest ఉంటుంది అని, నేను పుట్టినప్పటి నుండీ మొదలుపెట్టి చెబుతా next book లో.

❖ ❖ ❖